ਸੁਲਝੇ ਹੋਏ ਉਲਝੇ ਅੱਖਰ

ਸੁਲਝੇ ਹੋਏ ਉਲਝੇ ਅੱਖਰ

(ਮੈਂ ਐਨੇ ਪੁੰਨ ਕਰਨੇ ਆ ਇਸ ਜਨਮ
ਕਿ ਰੱਬ ਵੀ ਆਪ ਅਗਲੇ ਜਨਮ 'ਚ ਤੈਨੂੰ ਮੇਰੇ ਨਾਂ ਲਿਖੇਗਾ)

ਜੋਬਨ ਸ਼ੇਰਖਾਂ

White Falcon Publishing
www.whitefalconpublishing.com

ਸੁਲਝੇ ਹੋਏ ਉਲਝੇ ਅੱਖਰ
ਜੋਬਨ ਸ਼ੇਰਖਾਂ

www.whitefalconpublishing.com

All rights reserved
First Edition, 2020
© ਜੋਬਨ ਸ਼ੇਰਖਾਂ, 2020
Cover design © White Falcon Publishing, 2020
Cover image © Freepik.com

No part of this publication may be reproduced, or stored in a retrieval system, or transmitted in any form by means of electronic, mechanical, photocopying or otherwise, without prior written permission from the author.

The contents of this book have been certified and timestamped on the POA Network blockchain as a permanent proof of existence. Scan the QR code or visit the URL given on the back cover to verify the blockchain certification for this book.

Requests for permission should be addressed to
jobansingh.handa@gmail.com

ISBN - 978-93-89932-49-2

ਹਾਂ! ਕੀ ਦੇਖਦੈਂ ਭਲਿਆ ਮਾਨਸਾ?
ਸਹੀ ਸੋਚ ਆ ਤੇਰੀ ਇਹ ਕਿਤਾਬ ਤੈਨੂੰ ਹੀ ਸਮਰਪਿਤ ਆ।
ਪੜ੍ਹ, ਪੜ੍ਹ ਕੇ ਦੱਸੀਂ ਫਿਰ ਕਿਵੇਂ ਦੀ ਲੱਗੀ।
ਠੀਕ ਆ!

ਕਿਤਾਬ ਬਾਰੇ

"ਸੁਲਝੇ ਹੋਏ ਉਲਝੇ ਅੱਖਰ" ਲੇਖਕ ਦੀ ਪਹਿਲੀ ਕਿਤਾਬ ਹੈ ਤੇ ਇਹ ਲੇਖਕ ਦੀ ਸੋਚ ਤੇ ਅਧਾਰਿਤ ਹੈ। ਇਸ ਕਿਤਾਬ ਨਾਲ ਲੇਖਕ ਪਾਠਕਾਂ ਸਾਹਮਣੇ ਕਈ ਤਰ੍ਹਾਂ ਦੇ ਵਿਛੇ ਲੈ ਕੇ ਆਏ ਹਨ। ਮੁਹੱਬਤ, ਉਮੀਦ, ਹੰਕਾਰ, ਸੁਭਾਅ, ਮਿਹਨਤ ਹਰ ਇੱਕ ਦੇ ਜੀਵਨ ਦਾ ਹਿੱਸਾ ਨੇ ਤੇ ਇਹਨਾਂ ਨੂੰ ਮੁੱਖ ਰੱਖਦਿਆਂ ਹੋਏ ਇਹ ਕਿਤਾਬ ਲਿਖੀ ਗਈ ਹੈ।

ਅੱਜ ਦੇ ਸਮੇਂ ਤੇ ਪੁਰਾਣੇ ਸਮੇਂ ਦੇ ਅੰਤਰ, ਨਵੇ ਪੁਰਾਣੇ ਲੋਕਾਂ ਦੇ ਸੁਭਾਅ ਨੂੰ ਕਵਿਤਾਵਾਂ ਦੇ ਰੂਪ 'ਚ ਇਸ ਕਿਤਾਬ ਵਿੱਚ ਪੇਸ਼ ਕੀਤਾ ਗਿਆ ਹੈ। ਇਸ ਕਿਤਾਬ ਨੂੰ ਪੜ੍ਹ ਕੇ ਪਾਠਕ ਨੂੰ ਅੱਗੇ ਵਧਣ ਲਈ ਪ੍ਰੇਰਣਾ ਮਿਲੇਗੀ ਤੇ ਉਹਨਾਂ ਅੰਦਰ ਚੰਗੇ ਕੰਮ ਕਰਨ ਲਈ ਉੱਦਮ ਆਵੇਗਾ।

ਲੇਖਕ ਬਾਰੇ

ਲੇਖਕ ਦਾ ਜਨਮ ਫਿਰੋਜ਼ਪੁਰ ਵਿਖੇ ਪਿੰਡ ਸ਼ੇਰਖਾਂ ਵਾਲਾ ਵਿੱਚ ਹੋਇਆ। ਕਵੀ ਦੇ ਨਾਲ-ਨਾਲ ਮੌਜੂਦਾ ਸਮੇਂ ਵਿੱਚ ਇਹ ਸ਼ਹੀਦ ਭਗਤ ਸਿੰਘ ਰਾਜ ਤਕਨੀਕੀ ਕੈਂਪਸ, ਫਿਰੋਜ਼ਪੁਰ ਵਿਖੇ ਐਡਹਾਕ ਪ੍ਰੋਫੈਸਰ ਵੀ ਹਨ। ਇਹਨਾਂ ਨੇ ਗੁਰੂ ਨਾਨਕ ਦੇਵ ਇੰਜੀਨਿਅਰਿੰਗ ਕਾਲਜ, ਲੁਧਿਆਣਾ ਤੋਂ ਐਮ. ਟੈਕ. ਦੀ ਡਿਗਰੀ ਪ੍ਰਾਪਤ ਕੀਤੀ ਹੈ।

ਤਤਕਰਾ

ਸੋਚ ਬਦਲੋ... 1

ਬਚਪਨ... 2

ਗੀਤ... 3

ਤੂੰ ਸਿਰਜਣਹਾਰ ਇਸ ਦੁਨੀਆਂ ਦਾ........................... 4

ਲਾਲਚ... 5

ਮਾਂ... 6

ਕਾਸ਼ ਮੇਰੇ ਅੰਦਰ ਵੀ ਕੁਝ................................... 7

ਮੈਂ ਤੇ ਲੋਕ.. 8

ਸਵੇਰ ਦਾ ਦ੍ਰਿਸ਼.. 9

ਚੰਦਰੀ ਦੁਨੀਆਂ..10

ਗੁੱਸਾ ਕਰਕੇ.. 11

ਨਾ ਹਾਰੀਂ ਬੰਦਿਆ..12

ਸੱਭਿਆਚਾਰ..13

ਮੈਂ ਆਵਦੇ ਆਪ ਨੂੰ ਬਦਲਣਾ ਚਾਹੁੰਦਾਂ............14

ਮਾਨਾ ਕਿ ਦਿਖਣੇ ਮੇ ਅੱਛੇ ਨਹੀ.......................15

ਅਸੀਂ ਚੰਗੇ ਹਾਂ ਚਾਹੇ ਮਾੜੇ ਹਾਂ........................16

ਸਾਡੇ ਬੋਲ ਨੇ ਸੱਚੇ..17

ਤੈਨੂੰ ਪਤਾ ਨਹੀ...18

ਮੇਰਾ ਪਿੰਡ..19

ਜ਼ਿੰਦਗੀ ਦੇ ਦੋ ਪਹਿਲੂ ਜਵਾਨੀ ਅਤੇ ਬੁਢਾਪਾ.... 20

ਮੈਂ ਨੀ ਲਿਖਣਾ ਉਹ..21

ਸੁਲਝੇ ਹੋਏ ਉਲਝੇ ਅੱਖਰ

ਰੱਬਾ ਬੱਸ ਇੱਕ ਤੇਰਾ ਆਸਰਾ...	22
ਰੱਬ ਕਿੱਥੇ ਵੱਸਦਾ...	23
ਸੱਚੀਆਂ ਗੱਲਾਂ...	24
ਮਾੜੇ ਬੋਲ...	26
ਕੁਝ ਕਰਨਾ ਹੈ ਤਾਂ ਖੁਦ ਦੀ ਸੁਣ...	27
ਥਾਂ-ਥਾਂ ਤੇ ਤੂੰ ਲਾਈ ਪ੍ਰੀਤਾਂ ਫਿਰਦੈਂ...	28
ਵੇਖ ਕੁਦਰਤ ਕਿੰਨੀ ਨਿਰਾਲੀ...	29
ਆਉ ਰੂਹ ਵਿੱਚ ਡੂੰਘੀ ਅੰਦਰ ਵੱਲ ਦੇਖਣਾ ਸ਼ੁਰੂ ਕਰੀਏ...	30
ਕਿਉਂ ਮੇਰਾ-ਮੇਰਾ ਕਰਦਾ ਬੰਦਿਆ...	31
ਮਿਹਨਤ ਦੀ ਭੱਠੀ...	32
ਕੋਈ ਖਾਸ ਜਾਦੂ ਨਹੀ ਮੇਰੇ ਕੋਲ...	33
ਸੋਚ ਅਜਿਹੀ ਰੱਖੋ...	34
ਪੁਰਾਣਾ ਤੇ ਅੱਜ ਦਾ ਸਮਾਂ...	35
ਤੇਰੇ ਦੀਦਾਰ...	36
ਦਿਲ ਇੱਕ ਨਾਲ ਲਾਇਆ...	37
ਆਪਦੀ ਕਿਸਮਤ ਨੂੰ ਨਾ ਕੋਸ ਬੰਦਿਆ...	38
ਦਿਲ ਤੈਨੂੰ ਚਾਹੁੰਦਾ ਬੜਾ...	39
ਵਾਅਦਾ ਨਹੀਂ ਕਰ ਸਕਦਾ...	40
ਦੱਸ ਕਿੰਨਾ ਪਿਆਰ ਕਰਦੈਂ...	41
ਮੈਂ ਦਿਲੋਂ ਕਹਿੰਦੀ ਆਂ...	42
ਨਾ ਸਤਾ ਰੱਬਾ...	43
ਮੈਂ ਲਿਖਦਾ ਹਾਂ...	44

ਤਤਕਰਾ

ਮੈਂ ਖੁਸ਼ ਹਾਂ...	45
ਕੁਝ ਬਾਤਾਂ ਨੇ ਤੇਰੀਆਂ...	46
ਚਾਅ...	48
ਬਦਲਿਆ ਮਿਜ਼ਾਜ...	49
ਮੇਰੇ ਤੋਂ ਸੋਹਣੇ...	50
ਵੱਸਣਾ ਹੋਇਆ ਤਾਂ ਆ ਜਾਵੀਂ...	51
ਮੈਂ ਕਹਿੰਦਾ ਸੀ...	52
ਹੋਰ ਨੀ ਦੂਰ ਰਿਆ ਜਾਂਦਾ...	53
ਭੁੱਲ ਜਾ ਜੋ ਬੀਤ ਗਿਆ...	54
ਬੱਸ ਕਰ ਜਿੰਦੜੀਏ...	55
ਸੁਫ਼ਨਿਆਂ ਦਾ ਸ਼ਹਿਰ...	56
ਇੱਕ ਆਖਰੀ ਵਾਰ...	58
ਮੈਨੂੰ ਪਸੰਦ ਆ...	60
ਤੇਰਾ ਚੰਨ ਵਰਗਾ ਮੁੱਖ ਨੀ...	62
ਹਾਂ ਮੈਂ ਅੱਜ ਵੀ...	63
ਕੁੱਝ ਕਵਾਂ ਤੈਨੂੰ...	64
ਮੇਰੀ ਉਲਝੀ ਜ਼ਿੰਦਗੀ...	66
ਵੇਖ ਕਿਵੇਂ ਹਉਕੇ ਭਰਦਾ ਏ...	67
ਬੰਦਿਆ... ਤੇਰਾ ਅੰਤ ਹੁਣ ਨੇੜੇ ਆ...	68
ਮਾਫ਼ ਕਰੀਂ...	70
ਰੱਬਾ ਤੇਰੇ ਤੋਂ ਮੈਂ...	71
ਕਿਤਾਬ ਦੇ ਵਾਂਗਰਾਂ ਹੋਵਾਂਗੇ...	72

ਅੱਜ ਮੈਂ ਇੱਕ ਮੂਰਤ ਦੇਖੀ...	74
ਮੈਨੂੰ ਦੇਦੇ ਰੱਬਾ ਇਹ ਚੰਨ ਤੂੰ...	75
ਦੋ ਪੰਜਾਬ	76
ਮੈਂ ਵਾਅਦਾ ਨੀ ਕਰਦਾ...	77
ਪੰਜ ਤੱਖਤ...	78
ਬਸੰਤ ਰੁੱਤ...	80
ਪਛਤਾਵਾ...	81
ਮੈਂ ਪੰਜਾਬ ਬੋਲਦਾਂ...	82
ਮੈਂ ਹਾਰ ਜਾਨਾਂ...	84
ਬੰਦਿਆ ਤੂੰ ਕਰਜ਼ਦਾਰ ਏਂ...	85
ਮੈਂ ਤੇ ਮੇਰਾ ਭਾਈ...	86
ਮੈਂ ਬੰਦਾ ਮਾੜਾ ਹਾਂ...	88
ਸਵਾਲ ਜਵਾਬ...	90
ਉਹਦੇ ਨਾਲ ਚਾਹ...	93
ਉਹਦਾ ਨਾਮ ਲੈਣਾ	94
ਦਿਲ ਉਦਾਸ ਏ...	95
ਤੇਰੀਆਂ ਕਮੀਆਂ...	96
ਮੈਂ ਕਾਤਿਲ ਹਾਂ...	97
ਦੁਨੀਆਂ ਤੇ ਲੱਖ ਝਮੇਲੇ...	98
ਤਕਦੀਰਾਂ...	99
ਵਿਕਾਊ ਜ਼ਮੀਰ...	100
ਸੱਚ ਬੋਲ ਕੇ...	101
ਤੇਰੀ ਖੁਸ਼ਬੂ...	102

ਤਤਕਰਾ

ਜਿਹੜੇ ਮੈਨੂੰ ਪਸੰਦ ਨੀ ਕਰਦੇ... 103
ਉਹਦੀ ਅਵਾਜ਼... 104
ਉਹਨਾਂ ਦੇ ਨਸੀਬ... 105
ਜ਼ਿੰਦਗੀ ਬੜੀ ਅਜੀਬ ਆ... 106
ਕੀ ਮਾੜਾ ਲੱਗਿਆ... 107
ਤੇਰੇ ਖਤ... 108
ਤੁਹਾਡਾ ਫਾਇਦਾ... 109
ਆਸ਼ਕੀ ਮਿਜ਼ਾਜ... 110
ਸਵੇਰ ਹੋਵੇ ਚਾਹੇ ਸ਼ਾਮ ਹੋਵੇ... 112
ਮੇਰੀ ਖ਼ਾਮੀ... 113
ਅੱਖਾਂ ਪੜ੍ਹ ਲਵੀਂ... 114
ਰੱਬਾ ਤੇਰੀ ਗਲਤੀ... 115
ਜਾਂਦੀ-ਜਾਂਦੀ... 116
ਦੋਬਾਰਾ ਫਿਰ... 118
ਕੁਛ ਕਰ ਐਸਾ... 119
ਨਾ ਝੂਰ-ਝੂਰ ਮਰਿਆ ਕਰ... 120
ਕੀ ਪਤਾ... 121
ਸੁਫ਼ਨਿਆਂ ਦਾ ਸ਼ਹਿਰ... 122
ਇਹ ਕਲਯੁਗ ਆ... 123
ਤੂੰ... 124
ਸੋਹਣੇ-ਸੋਹਣੇ ਚਿਹਰੇ... 125
ਛੱਡ ਦੇ ਘੁੱਟ-ਘੁੱਟ ਕੇ ਜਿਉਣਾ... 126
ਆਰ ਪੰਜਾਬ ਪਾਰ ਪੰਜਾਬ... 127

ਸੋਚ ਬਦਲੋ...

ਸੋਚ ਬਦਲਣ ਦਾ ਸਮਾਂ ਆ ਗਿਆ,
ਤੁਹਾਡੇ ਅੰਦਰ ਜੋ ਨਫ਼ਰਤ ਭਰੀ ਆ,
ਮੰਨ ਵਿੱਚ ਜੋ ਕਿਸੇ ਪ੍ਰਤੀ ਮੈਲ ਭਰੀ ਆ
ਉਹਨੂੰ ਹੁਣ ਦੂਰ ਕਰਨ ਦਾ ਸਮਾਂ ਆ ਗਿਆ,
ਪਰਾਈਆਂ ਧੀਆਂ ਭੈਣਾਂ ਵੇਖ ਕੇ ਜੋ ਤੁਸੀਂ
ਆਵਦੇ ਮੰਨ ਵਿੱਚ ਘਟੀਆ ਵਿਚਾਰ ਲੈ ਕੇ ਆਉਂਦੇ ਓ
ਮੈਨੂੰ ਉਹ ਸਭ ਪਤਾ,
ਜਿਹੜਾ ਤੂੰ ਹੋਰਾਂ ਨੂੰ ਹੇਠਾਂ ਡੇਗਣ ਲਈ
ਖੱਡੇ ਖੋਦਦੈਂ,
ਇਹ ਸਭ ਬੰਦ ਕਰਨ ਦਾ ਸਮਾਂ ਆ ਗਿਆ,
ਬਹੁਤ ਹੋ ਗਿਆ ਐਵੇਂ ਮਨੁੱਖਤਾ ਨੂੰ ਸ਼ਰਮਿੰਦਾ ਨਾ ਕਰ,
ਹਰ ਇੱਕ ਇਨਸਾਨ ਨੂੰ ਮੌਕਾ ਨੀ ਮਿਲਦਾ
ਤੁਸੀਂ ਖੁਸ਼ਨਸੀਬ ਓ ਜੋ ਤੁਹਾਨੂੰ ਮਿਲਿਆ,
ਹੁਣ ਨਾ ਇਹ ਮੌਕਾ ਖੁੰਝਣ ਦਿਉ,
ਸੋਚ ਬਦਲੋ ਕਿਉਂਕਿ
ਸੋਚ ਬਦਲਣ ਦਾ ਸਮਾਂ ਆ ਗਿਆ।

ਬਚਪਨ...

ਇਹ ਨਾਮ ਸੁਣਕੇ ਹੀ ਚਿਹਰਾ ਖਿੜ ਜਾਂਦਾ,
ਦਿਮਾਗ ਫਿਰ ਦੋਬਾਰਾ ਬੀਤੇ ਸਮੇਂ ਨੂੰ ਯਾਦ ਕਰਨ ਲੱਗ ਪੈਂਦਾ,
ਉਹ ਵੀ ਕੋਈ ਦਿਨ ਸੀ...
ਖਿੱਲਰੇ ਵਾਲ ਲੈ ਕੇ ਗਲੀਆਂ ਵਿੱਚ ਭੱਜਣਾ,
ਸਾਇਕਲ ਦਾ ਟੈਰ ਲੈਕੇ ਉਹਨੂੰ
ਸੋਟੀ ਨਾਲ ਭਜਾਉਣਾ,
ਆਵਦੇ ਭੈਣਾਂ-ਭਾਈਆਂ ਨਾਲ ਖੇਡਣਾ ਵੀ ਤੇ ਲੜਨਾ ਵੀ,
ਰੁੱਸ ਕੇ ਆਵਦੀ ਗੱਲ ਮਨਾਉਣੀ,
ਇੱਕ ਕੁਲਫ਼ੀ ਲੈਣ ਲਈ ਜ਼ਮੀਨ ਤੇ ਲੇਟਣਾ,
ਸਕੂਲ ਜਾਣ ਤੋਂ ਪਹਿਲਾਂ ਬੇਬੇ-ਬਾਪੂ ਤੋਂ ਪੈਸੇ ਮੰਗਣਾ,
ਗਲਤੀ ਕਰਨ ਤੇ ਝਿੜਕਾਂ ਵੀ ਪੈਂਦੀਆਂ,
ਉਹ ਵੀ ਕੋਈ ਦਿਨ ਸੀ...
ਨਾ ਕੋਈ ਫਿਕਰ ਤੇ
ਨਾ ਕੋਈ ਫ਼ਾਕਾ,
ਨਾ ਇਹ ਡਰ ਸੀ ਕਿ ਲੋਕ ਕੀ ਕਹਿਣਗੇ,
ਜੋ ਦਿਲ 'ਚ ਆਉਂਦਾ ਉਹੀ ਕਰਦੇ ਸੀ,
ਉਹਨਾਂ ਦਿਨਾਂ ਨੂੰ ਯਾਦ ਕਰਕੇ ਚਿਹਰੇ ਤੇ ਰੌਣਕ ਆ ਜਾਵੇ,
ਸੱਚੀ...
ਬੜੇ ਸੋਹਣੇ ਦਿਨ ਸੀ ਉਹ...
ਬੜੇ ਸੋਹਣੇ ਦਿਨ ਸੀ ਉਹ...

ਗੀਤ...

ਕਰਦੇ ਨੇ ਬਿਆਨ ਗੀਤ ਆਪਣੇ ਆਲੇ-ਦੁਆਲੇ ਦੀ ਰੀਤ,
ਪਹਿਲਾਂ ਹੁੰਦੇ ਸੀ ਸਾਫ਼ ਸੁਥਰੇ ਤੇ ਸੂਫ਼ੀ ਗੀਤ,
ਨਾ ਕੋਈ ਹਥਿਆਰ ਦੀ ਗੱਲ ਹੁੰਦੀ,
ਨਾ ਕੋਈ ਲੱਚਰਤਾ ਆਉਂਦੀ ਵਿੱਚ ਗੀਤ,
ਸਾਂਭੀ ਫਿਰਦੇ ਸੀ ਜੋ ਪੰਜਾਬੀ ਸੱਭਿਆਚਾਰ,
ਜਿਹੜੇ ਆਉਂਦੇ ਸੀ ਪਸੰਦ ਹਰ ਵਰਗ ਦੇ ਲੋਕਾਂ ਨੂੰ,

ਹੁਣ ਤਾਂ ਬਦਲ ਮਾਹੌਲ ਗਏ,
ਬਿਨ ਹਥਿਆਰਾਂ ਤੇ ਲੱਚਰਤਾ ਤੋਂ ਗੀਤ ਨੀ ਆਉਂਦਾ,
ਨਾ ਸੁਣ ਸਕੇ ਵਿੱਚ ਪਰਿਵਾਰ ਦੇ,
ਹੁਣ ਗੀਤਾਂ ਵਿੱਚ ਕਰਦੇ ਨੇ
ਪਰਮੋਟ ਨਸ਼ੇ ਨੂੰ ਨਾਲੇ
ਕੁੜੀਆਂ ਭਜਾਉਣ ਦੀਆਂ ਵੀ ਗੱਲਾਂ ਕਰ ਗਏ,

ਬਦਲਤਾ ਸੱਭਿਆਚਾਰ ਪੰਜਾਬ ਦਾ,
ਪਤਾ ਨਹੀ ਮਾਹੌਲ ਨੇ ਗੀਤ ਬਦਲਤੇ,
ਜਾਂ ਗੀਤਾਂ ਨੇ ਹੀ ਮਾਹੌਲ ਬਦਲਤਾ।

ਤੂੰ ਸਿਰਜਣਹਾਰ ਇਸ ਦੁਨੀਆਂ ਦਾ...

ਸਿਰਜਿਆ ਜੀਵਨ ਤੂੰ ਦਰਖ਼ਤ, ਪੰਛੀ,
ਜਾਨਵਰਾਂ ਤੇ ਮਨੁੱਖਾਂ ਦਾ,
ਮਨੁੱਖੀ ਜੂਨ ਨਿਕਲੀ ਸਭ ਤੋਂ ਬੁਰੀ,
ਮਤਲਬ ਪਿੱਛੇ ਕਰੇ ਖਤਮ ਜੀਵਨ ਜੂਨਾਂ ਦੂਜਿਆਂ ਦਾ,

ਹੁਣ ਕਿਉਂ ਹੋਏ ਪਛਤਾਵਾ ਤੈਨੂੰ ਆਵਦੀ ਹੀ ਖੇਡ ਖੇਡੀ ਦਾ,
ਗਲਤੀਆਂ ਬੰਦਾ ਹੀ ਕਰੂ ਰੱਬ ਤੇ ਨਹੀ ਨਾ।

ਲਾਲਚ...

ਐ ਇਨਸਾਨ ਆਵਦੇ ਆਪ ਤੇ ਗਰੂਰ ਨਾ ਕਰ,
ਨਿਮਾਣਾ ਬਣ ਮਨ ਵਿੱਚ ਹਉਮੈ ਨਾ ਧਰ,

ਜੋ ਵੀ ਤੇਰੇ ਕੋਲ ਆ ਉਹਦਾ ਦਿਖਾਵਾ ਨਾ ਕਰ,
ਤੇ ਰੱਬ ਕੋਲੋਂ ਹੋਰ ਮੰਗਣ ਦੀ ਗੁਜ਼ਾਰਿਸ਼ ਨਾ ਕਰ,

ਜੋ ਤੇਰੇ ਕੋਲ ਆ ਉਹਦੇ 'ਚ ਆਪਣੇ ਆਪ ਨੂੰ ਖੁਸ਼ ਕਰ,
ਐਵੇਂ ਦੂਸਰਿਆਂ ਦੀ ਝੋਲੀ ਪਾੜਨ ਦੀ ਕੋਸ਼ਿਸ਼ ਨਾ ਕਰ,

ਆਵਦੇ ਗ਼ਮਾਂ ਦੀ ਐਵੇਂ ਨੁਮਾਇਸ਼ ਨਾ ਕਰ,
ਦੁੱਖਾਂ ਤੋਂ ਨਾ ਡਰ ਬੱਸ ਮਿਹਨਤ ਕਰ,
ਜੋ ਤੇਰਾ ਆ ਇੱਕ ਦਿਨ ਉਹਨੇ ਤੇਰਾ ਦੇਣਾ ਕਰ,

ਸਿਰਫ ਆਵਦੇ ਬਾਰੇ ਈ ਨਾ ਸੋਚਿਆ ਕਰ,
ਕਦੇ ਕਿਸੇ ਹੋਰ ਬਾਰੇ ਵੀ ਸੋਚਿਆ ਕਰ,
ਐਨਾ ਵੀ ਨਾ ਲਾਲਚ ਕਰਿਆ ਕਰ।

ਮਾਂ...

ਸੁੱਖ ਵੀ ਜਰ ਲਏ,
ਦੁੱਖ ਵੀ ਜਰ ਲਏ,
ਨਾ ਜਰ ਹੁੰਦੀ ਏ ਦੂਰੀ,
ਆਵਦੇ ਹਿੱਸੇ ਸੁੱਖ ਮੰਗਦੀ,
ਔਲਾਦ ਦੇ ਹਿੱਸੇ ਸੁੱਖ,
ਮੁਸ਼ਕਿਲ ਰਾਹਵਾਂ 'ਚ ਵੀ
ਸਫਰ ਆਸਾਨ ਲਗਦਾ,
ਇਹ ਮੇਰੀ ਮਾਂ ਦੀਆਂ ਦੁਆਵਾਂ
ਦਾ ਅਸਰ ਲਗਦਾ,
ਕਰਾਂ ਰੱਬ ਅੱਗੇ ਇੱਕੋ ਅਰਦਾਸ,
ਫਿਰ ਉਹੀ ਜਹਾਨ ਮਿਲੇ,
ਫਿਰ ਉਹੀ ਗੋਦ ਮਿਲੇ,
ਫਿਰ ਉਹੀ ਮਾਂ ਮਿਲੇ।

ਕਾਸ਼ ਮੇਰੇ ਅੰਦਰ ਵੀ ਕੁਝ...

ਅਜਿਹਾ ਹੁੰਦਾ ਕਿ ਮੈਂ ਯੁਗ ਪਲਟਾ ਦਿੰਦਾ,

ਜਿਹੜੇ ਰਹਿੰਦੇ ਨੇ ਸੜਕਾਂ ਤੇ,
ਉਹਨਾਂ ਲਈ ਵੀ ਛੱਤ ਬਣਾ ਦਿੰਦਾ,

ਜਿਹੜੇ ਮਰਦੇ ਨੇ ਭੁੱਖੇ,
ਉਹਨਾਂ ਲਈ ਵੀ ਨਿਵਾਲਾ ਬਣਾ ਦਿੰਦਾ,

ਜਿਨ੍ਹਾਂ ਮਾਵਾਂ ਦੇ ਪੁੱਤ ਨਸ਼ਿਆਂ ਦੇ ਰਾਹ ਨੂੰ ਤੁਰ ਗਏ,
ਉਹਨਾਂ ਨੂੰ ਮੋੜ ਲਿਆਉਂਦਾ,

ਕਾਸ਼ ਕੁਝ ਐਸਾ ਲਿਖਦਾ,
ਜੋ ਭੁੱਲਿਆਂ ਦਾ ਦਿਮਾਗ ਟਿਕਾਣੇ ਲਿਆ ਦਿੰਦਾ।

ਮੈਂ ਤੇ ਲੋਕ...

ਮੇਰੀ ਤੇ ਲੋਕਾਂ ਦੀ ਸੋਚ ਬਹੁਤ ਵੱਖਰੀ ਏ...

ਕਹਿੰਦੇ ਹਾਲੇ ਬੜਾ ਲੰਮਾ ਪੈਂਡਾ ਤੈਅ ਕਰਨਾ ਏ,
ਹਾਲੇ ਤਾਂ ਬੱਸ ਸ਼ੁਰੂਆਤ ਏ,
ਮੈਂ ਕਹਿਣਾ ਤੁਰਨ ਲਈ ਰਾਹ ਤਾਂ ਦੇਵੋ।

ਕਹਿੰਦੇ ਰੁਕ ਨਾ ਹਾਲੇ ਸਹੀ ਮੰਜ਼ਿਲ ਨਹੀ ਆਈ,
ਤੂੰ ਹਾਲੇ ਆਵਦੀ ਪੂਰੀ ਹਿੰਮਤ ਨਹੀ ਵਿਖਾਈ,
ਮੈਂ ਕਹਿਣਾ ਸਾਹ ਤਾਂ ਲੈਣ ਦੋ।

ਕਹਿੰਦੇ ਬੜੇ ਪੱਥਰ ਆਣਗੇ ਤੇਰੇ ਰਾਹ ਵਿੱਚ,
ਤੂੰ ਛੱਡੀ ਨਾ ਆਵਦੀ ਮੰਜ਼ਿਲ ਅੱਧ ਵਿੱਚ,
ਮੈਂ ਕਹਿਣਾ ਠੋਕਰਾਂ ਤੋਂ ਉੱਭਰ ਤਾਂ ਲੈਣ ਦੋ।

ਕਹਿੰਦੇ ਜਿਹੜੇ ਛੱਡ ਕੇ ਜਾਂਦੇ ਨੇ ਜਾਣ ਦੇ,
ਉਹਨਾਂ ਦੇ ਸਾਥ ਦੀ ਉਮੀਦ ਹੁਣ ਛੱਡ ਦੇ,
ਮੈਂ ਕਹਿਣਾ ਮੈਨੂੰ ਅੱਖਾਂ ਤਾਂ ਪੂਜਣ ਦੋ।

ਮੈਂ ਕਹਿਣਾ ਮੰਜ਼ਿਲ ਤਾਂ ਇੱਕ ਦਿਨ ਜਰੂਰ ਜਾਵੇਗੀ ਆ,
ਪਰ ਜੋ ਗਵਾਇਆ ਉਹ ਕਿਵੇਂ ਲਵਾਂਗਾ ਪਾ,
ਕਹਿੰਦੇ ਮੰਜ਼ਿਲ ਪਾਉਣੀ ਤੂੰ ਆਵਦੀ ਹੁਣ ਏਨਾ ਤਾਂ ਪੈਣਾ ਗਵਾ।

ਸਵੇਰ ਦਾ ਦ੍ਰਿਸ਼...

ਸਵੇਰ ਦਾ ਵੇਲਾ, ਚਿੜੀਆਂ ਚਹਿਕਦੀਆਂ,
ਸਰ੍ਹੋਂ ਦੇ ਫੁੱਲ ਖੁਸ਼ਬੂ ਨਾਲ ਮਹਿਕਦੇ,
ਦਰਖ਼ਤ ਦੇ ਪੱਤੇ ਇੱਕ ਦੂਜੇ ਨਾਲ ਐਵੇਂ
ਜੱਫੀਆਂ ਪਾਉਂਦੇ,
ਸੌਣ ਦੇ ਮਹੀਨੇ ਵਿੱਚ ਲਿਪਟੇ ਹੋਣ ਦੋ ਯਾਰ ਜਿਵੇਂ,
ਮੱਠੀ-ਮੱਠੀ ਹਵਾ ਸੀਨੇ ਨੂੰ ਵੱਜ ਕੇ
ਠੰਡ ਜੀ ਐਵੇਂ ਪਾਂਦੀ,
ਮੇਰੀ ਰੂਹ ਨੂੰ ਕੋਈ ਮਿਲਣ ਆਇਆ ਹੋਵੇ ਜਿਵੇਂ,

ਇਹ ਸਭ ਪੁਰਾਣੇ ਸਮਿਆਂ ਦੀ ਗੱਲ,
ਜਿਵੇਂ-ਜਿਵੇਂ ਸਮਾਂ ਅੱਗੇ ਨੂੰ ਗਿਆ ਵੱਧ,
ਬੰਦੇ ਦੀ ਸੋਚ ਪਿੱਛੇ ਨੂੰ ਗਈ ਚਲ,
ਕੀ ਚਿੜੀ ਕੀ ਖੁਸ਼ਬੋਆਂ ਕੀ ਦਰਖ਼ਤ
ਤੇ ਕੀ ਹਵਾ,
ਇਹ ਸਭ ਕਾਤਿਲ ਬੰਦਿਆ ਤੇਰੇ ਹੱਥੀ ਗਏ ਚੜ੍ਹ।

ਚੰਦਰੀ ਦੁਨੀਆਂ...

ਇਸ ਚੰਦਰੀ ਦੁਨੀਆਂ ਤੇ
ਬੜੇ ਭਾਂਤ-ਭਾਂਤ ਦੇ ਬੰਦੇ ਨੇ

ਦਿਖਾਵਾ ਇੱਜ਼ਤਾਂ ਸਾਂਭਣ ਦਾ ਕਰਦੇ
ਪਰ ਅਸਲ 'ਚ ਕਰਦੇ ਜਿਸਮਾਂ ਦੇ ਧੰਦੇ ਨੇ

ਗੁੱਸਾ ਕਰਕੇ...

ਬੰਦਿਆ ਐਵੇਂ ਗੁੱਸਾ ਕਰਕੇ ਆਵਦਾ ਖ਼ੂਨ ਨਾ ਸਾੜ,
ਨਿਮਾਣਾ ਸੁਭਾਅ ਰੱਖ ਤੇ,
ਖੁਸ਼ ਰਹਿ ਕੇ ਹੋਰਾਂ ਦੇ ਕਾਲਜੇ ਸਾੜ।

ਨਾ ਹਾਰੀਂ ਬੰਦਿਆ...

ਕਿਸੇ ਦੀ ਕਾਮਯਾਬੀ ਦੇਖਕੇ ਨਾ ਹਾਰੀਂ ਬੰਦਿਆ,
ਜੋ ਕਿਸਮਤ 'ਚ ਆ ਉਹੀ ਮਿਲਣਾ,
ਐਵੇਂ ਹੋਰਾਂ ਦੀ ਥਾਲੀ ਵੇਖ ਕੇ ਨਾ ਮਨ ਲਲਚਾਈਂ ਬੰਦਿਆ,
ਜੋ ਤੇਰੀ ਕਿਸਮਤ 'ਚ ਆ ਤੈਨੂੰ ਮਿਲ ਕੇ ਰਹਿਣਾ,
ਐਂਵੇ ਖੁਸ਼ੀਆਂ ਲਈ ਹੋਰਾਂ ਅੱਗੇ ਨਾ ਝੋਲੀ ਫੈਲਾਵੀਂ ਬੰਦਿਆ।

ਸੱਭਿਆਚਾਰ...

ਇੱਕ ਬੰਦੇ ਨੇ ਮੈਨੂੰ ਪੁੱਛਿਆ ਕਿ ਮੈਂ ਸੱਭਿਆਚਾਰ ਬਾਰੇ ਜਾਨਣਾ ਚਾਹੁੰਦਾਂ
ਮੈਨੂੰ ਕੌਣ ਦੱਸ ਸਕੇਗਾ ਇਹਦੇ ਬਾਰੇ!
ਮੈਂ ਕਿਹਾ...

ਸੱਭਿਆਚਾਰ ਪੁੱਛਣਾ ਤਾਂ ਉਸ ਕੁੜੀ ਨੂੰ ਪੁੱਛੋ ਜਿਹਨੇ ਗਲਤੀ ਨਾਲ ਫੇਸਬੁੱਕ ਤੇ ਆਵਦਾ ਨੰਬਰ ਲਿਖਤਾ ਹੋਵੇ,
ਉਸ ਕੁੜੀ ਨੂੰ ਪੁੱਛੋ ਜਿਹੜੀ ਸ਼ਾਮ ਨੂੰ ਇਕੱਲਿਆਂ ਬਾਹਰ ਜਾਣ ਤੋਂ ਡਰਦੀ ਹੋਵੇ,
ਜਿਸਦਾ ਇਨਬਾਕਸ ਸੁਨੇਹਿਆਂ ਨਾਲ ਭਰਿਆ ਹੋਵੇ, ਉਸ ਕੁੜੀ ਨੂੰ ਪੁੱਛੋ ਸੱਭਿਆਚਾਰ,
ਉਸ ਧੀ ਨੂੰ ਪੁੱਛੋ ਜਿਸਨੂੰ ਉਸਦੀ ਮਾਂ ਨੇ ਕੁੱਖ 'ਚ ਹੀ ਮਾਰਤਾ ਹੋਵੇ,
ਉਸ ਬਜ਼ੁਰਗ ਨੂੰ ਪੁੱਛੋ ਜਿਸਦੀ ਔਲਾਦ ਨੇ ਉਹਨੂੰ ਘਰੋਂ ਕੱਢਿਆ ਹੋਵੇ,
ਉਸ ਮਾਈ ਨੂੰ ਪੁੱਛੋ ਜਿਸਦਾ ਪੁੱਤ ਨਸ਼ਿਆਂ ਨੇ ਖਾ ਲਿਆ ਹੋਵੇ,
ਉਸ ਮਾਂ-ਪਿਉ ਨੂੰ ਪੁੱਛੋ ਜਿਸਦੀ ਧੀ ਦਾ ਰਿਸ਼ਤਾ ਦਾਜ ਪਿੱਛੇ ਟੁੱਟਿਆ ਹੋਵੇ,
ਉਸ ਪਿਉ ਨੂੰ ਪੁੱਛੋ ਜਿਸਨੇ ਆਵਦੀ ਧੀ ਦਾ ਹੱਥ ਕਿਸੇ ਬੇਗਾਨੇ ਮੁੰਡੇ ਦੇ ਹੱਥ ਵਿੱਚ ਵੇਖਿਆ ਹੋਵੇ,

ਉਸ ਮਾਂ ਬੋਲੀ (ਪੰਜਾਬੀ) ਤੋਂ ਪੁੱਛੋ ਜਿਹੜੀ ਕਿਸੇ ਹੋਰ ਬੋਲੀ ਹੇਠ ਦੱਬਗੀ ਹੋਵੇ...

ਮੈਂ ਆਵਦੇ ਆਪ ਨੂੰ ਬਦਲਣਾ ਚਾਹੁੰਦਾਂ...

ਮੈਂ ਆਵਦੇ ਆਪ ਨੂੰ ਬਦਲਣਾ ਚਾਹੁੰਦਾਂ,
ਜੋ ਆਵਦੇ ਔਗੁਣ ਨੇ, ਉਹਨਾਂ ਨੂੰ ਪਹਿਚਾਨਣਾ ਚਾਹੁੰਦਾਂ,
ਨੀਅਤ ਸਾਫ ਤੇ ਦਿਲ ਚੰਗਾ ਰੱਖਣਾ ਚਾਹੁੰਦਾਂ,
ਮਨ ਵਿੱਚ ਕਿਸੇ ਲਈ ਕੜਵਾਹਟ ਨੀ ਪਿਆਰ ਰੱਖਣਾ ਚਾਹੁੰਦਾਂ,
ਬਾਹਰੋਂ ਚੰਗਾ ਤਾਂ ਹਰ ਰੋਈ ਬਣ ਲੈਂਦਾ ਮੈਂ ਅੰਦਰੋਂ ਬਨਣਾ ਚਾਹੁੰਦਾਂ,
ਬੱਸ ਹੁਣ ਮੈਂ ਆਵਦੇ ਆਪ ਨੂੰ ਬਦਲਣਾ ਚਾਹੁੰਦਾਂ।

ਮਾਨਾ ਕਿ ਦਿਖਣੇ ਮੇ ਅੱਛੇ ਨਹੀ...

ਮਾਨਾ ਕਿ ਦਿਖਣੇ ਮੇ ਅੱਛੇ ਨਹੀ
ਪਰ ਦਿਲ ਤੋ ਅੱਛਾ ਹੈ ਨਾ।
ਮਾਨਾ ਕਿ ਸ਼ਬਦੋਂ ਮੇ ਮਿਠਾਸ ਨਹੀ
ਪਰ ਦਿਲ ਮੇ ਤੋ ਹੈ ਨਾ।
ਮਾਨਾ ਕਿ ਹੱਸਣਾ ਨਹੀ ਆਤਾ
ਪਰ ਰੋਣਾ ਭੀ ਤੋ ਨਹੀ ਨਾ।
ਮਾਨਾ ਕਿ ਪਿਆਰ ਕਰਨਾ ਨਹੀ ਆਤਾ
ਪਰ ਨਫ਼ਰਤ ਭੀ ਤੋ ਨਹੀ ਨਾ।
ਮਾਨਾ ਕਿ ਦਿਲ ਜੋੜਨਾ ਨਹੀ ਆਤਾ
ਪਰ ਤੋੜਨਾ ਭੀ ਤੋ ਨਹੀ ਨਾ।
ਮਾਨਾ ਕਿ ਬੁਰੇ ਹੈਂ ਹਮ
ਪਰ ਅੱਛੇ ਤੁਮ ਭੀ ਤੋ ਨਹੀ ਨਾ।

ਅਸੀਂ ਚੰਗੇ ਹਾਂ ਚਾਹੇ ਮਾੜੇ ਹਾਂ...

ਅਸੀਂ ਚੰਗੇ ਹਾਂ ਚਾਹੇ ਮਾੜੇ ਹਾਂ,
ਜੋ ਵੀ ਹਾਂ ਸਿੱਧਾ ਮੂੰਹ ਤੇ ਹਾਂ।
ਜੋ ਬਾਹਰੋਂ ਕੁਝ ਤੇ ਅੰਦਰੋਂ ਕੁਝ,
ਉਹਨਾਂ ਵਰਗੀ ਫਿਤਰਤ ਨੀ ਆ।

ਸਾਡੇ ਬੋਲ ਨੇ ਸੱਚੇ...

ਸਾਡੇ ਬੋਲ ਨੇ ਸੱਚੇ
ਤਾਹਿਉਂ ਕਿਸੇ ਨੂੰ ਜਚਦੇ ਨੀ
ਜੇ ਝੂਠੇ ਹੁੰਦੇ ਤਾਂ
ਕਈਆਂ ਦੇ ਦਿਲਾਂ ਤੇ ਰਾਜ ਕਰਨਾ ਸੀ

ਤੈਨੂੰ ਪਤਾ ਨਹੀ...

ਤੈਨੂੰ ਪਤਾ ਨਹੀ, ਤੂੰ ਕਿੰਨਾ ਮਤਲਬੀ ਬਣ ਗਿਐਂ,
ਅੱਗੇ ਵੱਧਦੇ-ਵੱਧਦੇ, ਕਿੰਨਿਆਂ ਨੂੰ ਠੋਕਰਾਂ ਮਾਰ ਗਿਐਂ।

ਤੈਨੂੰ ਪਤਾ ਨਹੀ, ਤੂੰ ਕਿੰਨਿਆਂ ਦੇ ਦਿਲ ਤੋੜੇ,
ਅੱਗੇ ਵੱਧਦੇ-ਵੱਧਦੇ, ਆਪਣਿਆਂ ਤੋਂ ਮੁੱਖ ਮੋੜੇ।

ਤੈਨੂੰ ਪਤਾ ਨਹੀ, ਮੰਜ਼ਿਲ ਤੇਰੀ ਕਿੰਨੀ ਕੁ ਆ ਅੱਗੇ,
ਅੱਗੇ ਵੱਧਦੇ-ਵੱਧਦੇ, ਜਿਹੜੇ ਪਿੱਛੇ ਛੱਡੇ ਹੁਣ ਉਹਨਾਂ ਨੂੰ ਤੂੰ ਲੱਭੇਂ।

ਤੈਨੂੰ ਪਤਾ ਨਹੀ ਜੋਬਨਾ, ਇਕੱਲਾਪਨ ਕਿਹਨੂੰ ਕਹਿੰਦੇ,
ਜਦੋਂ ਕੋਈ ਰੋਣ ਨੂੰ ਮੋਢਾ ਨਾ ਮਿਲਿਆ, ਉਹਨੂੰ ਕਹਿੰਦੇ।

ਮੇਰਾ ਪਿੰਡ...

ਉੱਗ ਆਏ ਖੇਤਾਂ ਵਿੱਚ ਲੋਹੇ ਦੇ ਟਾਵਰ,
ਮੇਰੇ ਖੇਤ ਦੀਆਂ ਚਿੜੀਆਂ ਬਹੁਤ ਰੋਈਆਂ।
ਉਸ ਮਾਲਕ ਦੇ ਹੱਥੀ ਰੁਲ ਗਈ ਫਸਲ,
ਮੇਰੇ ਪਿੰਡ ਦਾ ਕਿਸਾਨ ਬਹੁਤ ਰੋਇਆ।
ਗਲੀਆਂ 'ਚ ਵਰ੍ਹਿਆ ਤੇਜ਼ਾਬ ਦਾ ਮੀਂਹ,
ਮੇਰੇ ਪਿੰਡ ਦੀਆਂ ਕੁੜੀਆਂ ਬਹੁਤ ਰੋਈਆਂ।
ਚਿੱਟੇ ਨੇ ਕਾਲੇ ਕਰਤੇ ਨੌਜਵਾਨਾਂ ਦੇ ਦਿਮਾਗ,
ਮੇਰੇ ਪਿੰਡ ਦੀਆਂ ਮਾਵਾਂ ਬਹੁਤ ਰੋਈਆਂ।
ਔਰਤ ਦੀ ਰੁਲਦੀ ਇੱਜ਼ਤ,
ਮੇਰੇ ਪਿੰਡ ਦੀਆਂ ਕੰਧਾਂ ਬਹੁਤ ਰੋਈਆਂ।
ਆਪਣੇ ਹੀ ਆਪਣਿਆਂ ਦੇ ਗਲ ਪੈਂਦੇ,
ਮੇਰੇ ਪਿੰਡ 'ਚ ਰਿਸ਼ਤੇਦਾਰੀਆਂ ਬਹੁਤ ਰੋਈਆਂ।

ਜਿਉਂਦਾ ਰਹਿ ਪੁੱਤਾ ਜਵਾਨੀਆਂ ਮਾਣੇ,
ਲੱਗੀਆਂ ਨਾ ਜੋ ਦੁਆਵਾਂ ਬਹੁਤ ਰੋਈਆਂ।
ਜੋਬਨ ਦੇ ਪਿੰਡ ਹੀ ਨੀ ਸਾਰੇ ਪਾਸੇ ਇਹ ਕਹਾਣੀ,
ਮੇਰੇ ਰੱਬ ਦੀਆਂ ਅੱਖਾਂ ਵੀ ਬਹੁਤ ਰੋਈਆਂ।

ਜ਼ਿੰਦਗੀ ਦੇ ਦੋ ਪਹਿਲੂ ਜਵਾਨੀ ਅਤੇ ਬੁਢਾਪਾ...

ਜਦੋਂ ਮੈਂ ਜਵਾਨ ਸੀ, ਉਦੋਂ ਮੈਂ ਸਰੀਰ ਪੱਖੋਂ ਬੜਾ ਬਲਵਾਨ ਸੀ,
ਬਲਵਾਨ ਹਾਲੇ ਵੀ ਆਂ, ਪਰ ਮਾਨਸਿਕ ਰੂਪ 'ਚ।

ਪਹਿਲੇ ਦਿਨ ਬੜੇ ਸੋਹਣੇ ਸੀ, ਸਾਰਾ ਦਿਨ ਇਧਰ-ਉਧਰ ਘੁੰਮਦਾ ਰਹਿੰਦਾ,
ਸੋਹਣੇ ਤਾਂ ਹੁਣ ਵੀ ਨੇ, ਕੁਰਸੀ ਤੇ ਬਹਿਕੇ ਕੁਦਰਤ ਦਾ ਅਨੰਦ ਮਾਣਦਾ ਰਹਿੰਦਾਂ।

ਪਹਿਲਾਂ ਮੈਂ ਖੁਸ਼ ਬੜਾ ਸੀ ਐਸ਼ਾਂ ਕਰ-ਕਰ ਕੇ,
ਖੁਸ਼ ਹੁਣ ਵੀ ਬੜਾ, ਆਵਦੇ ਪੋਤੇ-ਪੋਤੀਆਂ ਨਾਲ ਖੇਡ-ਖੇਡ ਕੇ।

ਸ਼ੌਂਕ ਕਰਲੇ ਪੂਰੇ ਸਾਰੇ ਜਵਾਨੀ ਦੇ ਵਿੱਚ,
ਹੁਣ ਤਾਂ ਕੱਟਦਾਂ ਬੱਸ ਦਿਨ ਗਿਣ-ਗਿਣ ਇੱਕ।

ਪਹਿਲਾਂ ਜਿੰਦ ਫਿਕਰਾਂ ਨੇ ਘੇਰੀ ਸੀ,
ਹੁਣ ਹੋ ਗਿਆਂ ਅਜ਼ਾਦ ਲੜ ਲੱਗ ਸਤਿਗੁਰੂ ਦੇ ਨਾਲ।

ਜਵਾਨੀ ਗਈ ਬੁਢਾਪਾ ਆਇਆ, ਇਹ ਦੋਵੇਂ ਜੀਉਣ ਦੀ ਰੀਤ,
ਕਾਹਤੋਂ ਕਰਨਾ ਮੰਨ ਫਿੱਕਾ ਜੋਬਨਾ, ਸਭ ਨੇ ਗਾਣਾ ਇੱਕ ਦਿਨ ਮੌਤ ਦਾ ਇਹ ਗੀਤ।

ਮੈਂ ਨੀ ਲਿਖਣਾ ਉਹ...

ਮੈਂ ਨੀ ਲਿਖਣਾ ਉਹ...
ਜਿਹੜੇ ਸ਼ਬਦਾਂ ਚੋਂ ਝੂਠ ਦੀ ਬਾਸ਼ਣਾ ਆਏ।

ਮੈਂ ਲਿਖਣਾ ਉਹ...
ਜੋ ਪੜ੍ਹਨ ਆਲੇ ਦੇ ਦਿਲ 'ਚ ਘਰ ਕਰ ਜਾਏ।

ਰੱਬਾ ਜਿੰਨਾਂ ਵੀ ਲਿਖਾਵੀਂ
ਜੋਬਨ ਤੋਂ ਸੱਚ ਲਿਖਾਵੀਂ
ਲਿਖਣ ਨੂੰ ਤਾਂ ਝੂਠੇ ਹੋਰ ਬਥੇਰੇ ਨੇ ਆਏ।

ਰੱਬਾ ਬੱਸ ਇੱਕ ਤੇਰਾ ਆਸਰਾ...

ਮਾੜੇ ਬੰਦੇ ਨੂੰ ਇਥੇ ਕੋਈ ਜਿਓਣ ਨੀ ਦਿੰਦਾ
ਤੇ ਪਾਪੀਆਂ ਦਾ ਇਥੇ ਕੰਮ ਕੋਈ ਨਾ,

ਹਿੰਮਤ ਦੇਣ ਆਲੇ ਥੋੜੇ,
ਤੇ ਹੇਠਾਂ ਖਿੱਚਣ ਆਲੇ ਬਥੇਰੇ,

ਅੱਗੇ ਵੱਧਦਾ ਵੇਖ ਕੇ ਖੁਸ਼ ਹੋਣ ਵਾਲੇ ਥੋੜੇ,
ਹੇਠਾਂ ਡਿੱਗਦੇ ਨੂੰ ਵੇਖ ਕੇ ਖੁਸ਼ ਹੋਣ ਵਾਲੇ ਬਥੇਰੇ,

ਰੱਬਾ ਬੱਸ ਇੱਕ ਤੇਰਾ ਹੀ ਆਸਰਾ ਆ,
ਨਹੀ ਤਾਂ ਇਹ ਮਤਲਬੀ ਦੁਨੀਆਂ,
ਬੰਦੇ ਦੀ ਖੁਸ਼ੀ ਵੇਖ ਕੇ ਦੁਖੀ ਹੁੰਦੀ,
ਤੇ ਦੁੱਖ ਨੂੰ ਵੇਖ ਕੇ ਖੁਸ਼ ਹੁੰਦੀ।

ਰੱਬ ਕਿੱਥੇ ਵੱਸਦਾ...

ਆਸੇ-ਪਾਸੇ ਬੜਾ ਲੱਭਿਆ,
ਪਰ ਲੱਭਿਆ ਨਾ ਰੱਬ ਕਿੱਥੇ ਵੱਸਦਾ।

ਸੰਤਾਂ ਸਾਧੂਆਂ ਨੂੰ ਪੁੱਛਿਆ, ਚੋਟੀ ਦੇ ਲਿਖਾਰੀਆਂ ਨੂੰ ਪੁੱਛਿਆ,
ਕਹਿੰਦੇ ਰੱਬ ਵੱਸਦਾ ਵਿੱਚ ਮੰਦਰ, ਮਸੀਤਾਂ ਦੇ।

ਮੈਂ ਨੀ ਮੰਨਦਾ ਕਿ ਮੁਰਸ਼ਦ ਵੱਸੇ ਵਿੱਚ ਮੰਦਰ ਮਸੀਤਾਂ ਦੇ,
ਜੇ ਹੁੰਦਾ ਸੱਚ ਇਹ ਤਾਂ ਮਰਦੇ ਨਾ ਭੁੱਖੇ ਸੇਵਕ ਇਥੋਂ ਦੇ।

ਲੱਭਿਆ ਕਿਤਾਬਾਂ 'ਚ ਤੇ ਪੁੱਛਿਆ ਵੱਡੇ ਗਿਆਨੀਆਂ ਨੂੰ,
ਕਹਿੰਦੇ ਵੱਸਦਾ ਰੱਬ ਵਿੱਚ ਪੜ੍ਹੇ ਲਿਖੇ ਦੇ।

ਮੈਂ ਨੀ ਮੰਨਦਾ ਇਹ ਕਿ ਰੱਬ ਰਹਿੰਦਾ ਵਿੱਚ ਕਾਗਜਾਂ ਦੇ,
ਜੇ ਹੁੰਦਾ ਸੱਚ ਇਹ ਤਾਂ ਜੋਬਨ ਵਰਗੇ ਨਾ ਭਰੇ ਹੁੰਦੇ ਹੰਕਾਰਾਂ ਦੇ।

ਉਹ ਤੂੰ ਕਿੱਥੇ ਲੱਭਦੈਂ ਰੱਬ ਗੁਰਦਵਾਰੇ, ਮੰਦਰ ਵਿੱਚ ਮਸੀਤਾਂ,
ਆਵਦੇ ਅੰਦਰ ਝਾਤੀ ਤਾਂ ਮਾਰ ਤੂੰ ਐਵੇਂ ਲਾਈ ਫਿਰਦੈਂ ਹੋਰਾਂ ਨਾਲ ਪ੍ਰੀਤਾਂ।

ਜਿੱਥੇ ਤੂੰ ਰੱਖੀ ਫਿਰਦੈਂ ਸ਼ੈਤਾਨ,
ਉਥੇ ਹੀ ਰੱਬ ਵੇਖ,
ਡਰ ਗਿਆ ਬੰਦਾ ਆਵਦੇ ਅੰਦਰ ਵੇਖ।

ਸੱਚੀਆਂ ਗੱਲਾਂ...

ਮਾੜਿਆ ਮਨਾ ਨਹਿਉਂ ਲੱਭਣਾ ਤੈਨੂੰ ਰੱਬ,
ਭਾਵੇਂ ਲੱਖ ਮੰਦਰ ਗੁਰਦਵਾਰਿਆਂ 'ਚ ਰੁਲ ਲੈ।

ਪਾਣੀ ਦੀ ਪਿਆਸ ਕੋਈ ਨਾ ਬੁਝਾਵੇ,
ਭਾਵੇਂ ਲੱਖਾਂ ਤਰ੍ਹਾਂ ਦੇ ਜੂਸ ਪੀ ਲੈ।

ਮਾਂ ਦੀ ਰੀਸ ਕੋਈ ਨੀ ਕਰ ਸਕਦਾ,
ਲੱਖ ਔਰਤਾਂ ਚੰਗੀਆਂ ਲੱਭ ਜਾਣ।

ਮਦਦ ਕਰ ਇਹਸਾਨ ਨਾ ਕਰ,
ਦੂਜਿਆਂ ਲਈ ਕਰ ਰਿਐਂ ਆਵਦੇ ਲਈ ਨੀ,

ਮਾਂ ਦੀ ਲੋਰੀ ਬਿਨ੍ਹਾਂ ਨੀਂਦ ਕਿੱਥੇ ਆਵੇ ਬੱਚੇ ਨੂੰ,
ਖਿਡੌਣੇ ਸੌ ਪਏ ਹੋਣ ਪਾਲਣੇ ਵਿੱਚ।

ਆਪਣਿਆਂ ਤੋਂ ਬਿਨ੍ਹਾਂ ਕੌਣ ਖੜੂ ਨਾਲ ਤੇਰੇ,
ਲੱਖ ਵੋਟ ਹੋਵੇ ਪਿੰਡ ਦੀ ਤੇਰੇ।

ਮਦਦ ਕਰ ਮਤਲਬ ਤੋਂ ਬਿਨ੍ਹਾਂ,
ਵਰਗਾ ਤੇਰੇ ਕੋਈ ਨੀ ਏਥੇ।

ਪਿਉ ਦਾ ਕਰਜ਼ ਕਿਵੇਂ ਲਾਹ ਲਵੇਂਗਾ,
ਜਿੰਨਾ ਮਰਜ਼ੀ ਭਰਿਆ ਹੋਵੇ ਖਾਤਾ।

ਸੱਚ ਦੇ ਰਾਹ ਤੇ ਤੁਰ ਕਿਉਂ ਕਰਦੈਂ ਫਿਕਰ ਜੇ ਨਾਲ ਨੀ ਕੋਈ ਤੇਰੇ,
ਜਿਹਨੂੰ ਚਿੰਤਾ ਤੇਰੀ ਉਹ ਆਪੇ ਖੜ੍ਹੂ ਨਾਲ ਤੇਰੇ।

ਦੁੱਖਾਂ ਤੋਂ ਨਾ ਘਬਰਾ ਤੂੰ,
ਇਹ ਅੰਤ ਨੀ ਬੱਸ ਇੱਕ ਮਰੋੜਾ ਆ।

ਪੈਸੇ ਨਾਲ ਕੁਝ ਖੁਸ਼ੀਆਂ ਤਾਂ ਖਰੀਦ ਹੋਊ,
ਪਰ ਤਸੱਲੀ ਕਿੱਥੋਂ ਖਰੀਦੇਂ ਮੰਨ ਦੀ।

ਨਕਲੀ ਬਨਕੇ ਚੰਗਾ ਬਨਣ ਦੀ ਕੋਸ਼ਿਸ਼ ਨਾ ਕਰ,
ਕੌਣ ਚੰਗਾ ਉਹ ਸਭ ਜਾਣਦਾ।

ਮਾੜੇ ਬੋਲ...

ਕਿਸੇ ਨੂੰ ਬੋਲ ਨਾ ਮਾੜੇ ਕਹਿ ਬੈਠੀਂ,
ਐਵੇਂ ਆਵਦਿਆਂ ਨੂੰ ਨਾ ਰੁਸਾ ਬੈਠੀਂ,

ਇੱਕ ਵਾਰ ਮੂੰਹੋਂ ਨਿਕਲੇ ਕਿੱਥੋਂ ਮੁੜਦੇ,
ਟੁੱਟੇ ਦਿਲ ਕਿੱਥੋਂ ਜੁੜਦੇ।

ਕੁਝ ਕਰਨਾ ਹੈ ਤਾਂ ਖ਼ੁਦ ਦੀ ਸੁਣ...

ਕੁਝ ਕਰਨਾ ਹੈ ਤਾਂ ਖ਼ੁਦ ਦੀ ਸੁਣ
ਤਰ੍ਹਾਂ-ਤਰ੍ਹਾਂ ਦੇ ਲੋਕ ਆਉਣਗੇ ਤੇਰੀ ਜ਼ਿੰਦਗੀ 'ਚ
ਜੇ ਤੈਨੂੰ ਕੁਝ ਬਣਨਾ ਹੈ ਤਾਂ ਖ਼ੁਦ ਦੀ ਸੁਣ,
ਲੋਕਾਂ ਦਾ ਤਾਂ ਕੰਮ ਆ ਦੂਸਰਿਆਂ ਨੂੰ ਹੇਠਾਂ ਖਿੱਚਣਾ,
ਜੇ ਤੈਨੂੰ ਕਾਮਯਾਬੀ ਚਾਹੀਦੀ,
ਤਾਂ ਦੂਸਰਿਆਂ ਦੀ ਨੀ ਖ਼ੁਦ ਦੀ ਸੁਣ।

ਥਾਂ-ਥਾਂ ਤੇ ਤੂੰ ਲਾਈ ਪ੍ਰੀਤਾਂ ਫਿਰਦੈਂ...

ਥਾਂ-ਥਾਂ ਤੇ ਤੂੰ ਲਾਈ ਪ੍ਰੀਤਾਂ ਫਿਰਦੈਂ,
ਝੂਠਾਂ ਦੇ ਸਹਾਰੇ ਤੂੰ ਰਿਸ਼ਤੇ ਬਣਾਉਣ ਨੂੰ ਫਿਰਦੈਂ,

ਦੂਜਿਆਂ ਦੇ ਸਿਰ ਤੇ ਖੁਸ਼ੀ ਤਾਂ ਪਾ ਲਵੇਂਗਾ,
ਪਰ ਸੱਜਣਾ ਝੂਠ ਦੇ ਸਹਾਰੇ,
ਰਿਸ਼ਤਾ ਕਿੰਨੀ ਕੂ ਦੇਰ ਤੱਕ ਟਿਕਾ ਲਵੇਂਗਾ।

ਵੇਖ ਕੁਦਰਤ ਕਿੰਨੀ ਨਿਰਾਲੀ...

ਵੇਖ ਕੁਦਰਤ ਕਿੰਨੀ ਨਿਰਾਲੀ...
ਜਿੱਥੇ ਵਸਦੇ ਤਰ੍ਹਾਂ-ਤਰ੍ਹਾਂ ਦੇ ਪ੍ਰਾਣੀ,
ਏਥੇ ਬਨਣਾ ਪੈਂਦਾ ਹਰ ਇੱਕ ਨੂੰ ਇੱਕ ਦੂਜੇ ਦਾ ਹਾਣੀ,

ਦਰਖ਼ਤ ਜਾਨਵਰ ਤੇ ਇਨਸਾਨ ਏਥੋਂ ਦੇ ਨਿਵਾਸੀ
ਜਿਹੜੇ ਰਹਿੰਦੇ ਇੱਕ ਦੂਜੇ ਤੇ ਨਿਰਭਰ
ਇਹ ਕੁਦਰਤ ਕਿੰਨੀ ਨਿਰਾਲੀ,

ਸੁਣ ਦਰੱਖ਼ਤਾਂ ਦੀ ਕਹਾਣੀ,
ਦਿੰਦੇ ਸਾਹ ਇਹ ਹੋਰਾਂ ਨੂੰ ਬਿਨ੍ਹਾਂ ਲਾਭ
ਵੇਖ ਇਹਨਾਂ ਦੀ ਨਾਦਾਨੀ,

ਸੁਣ ਜਾਨਵਰਾਂ ਦੀ ਕਹਾਣੀ,
ਕੋਈ ਨਾ ਸਮਝੇ ਚੰਗਾ ਇਹਨਾਂ ਨੂੰ
ਵੇਖ ਇਹਨਾਂ ਦੀ ਜੀਵਾਨੀ,

ਸੁਣ ਇਨਸਾਨਾਂ ਦੀ ਕਹਾਣੀ,
ਬਿਨ੍ਹਾਂ ਮਤਲਬ ਤੋਂ ਕੰਮ ਨੀ ਕਰਦੇ
ਵੇਖ ਇਹਨਾਂ ਨੀ ਸ਼ੈਤਾਨੀ,

ਤਰ੍ਹਾਂ-ਤਰ੍ਹਾਂ ਦੇ ਇਥੇ ਪ੍ਰਾਣੀ
ਵੇਖ ਕੁਦਰਤ ਕਿੰਨੀ ਨਿਰਾਲੀ...
ਵੇਖ ਕੁਦਰਤ ਕਿੰਨੀ ਨਿਰਾਲੀ...

ਆਉ ਰੂਹ ਵਿੱਚ ਡੂੰਘੀ ਅੰਦਰ ਵੱਲ ਦੇਖਣਾ ਸ਼ੁਰੂ ਕਰੀਏ...

ਆਉ ਰੂਹ ਵਿੱਚ ਡੂੰਘੀ ਅੰਦਰ ਵੱਲ ਦੇਖਣਾ ਸ਼ੁਰੂ ਕਰੀਏ ਅਤੇ ਇਹ ਪਤਾ ਲਗਾਈਏ ਕਿ ਅਸੀਂ ਕੌਣ ਹਾਂ ਅਤੇ ਅਸੀਂ ਏਥੇ ਕਿਉਂ ਹਾਂ ਅਤੇ ਏਥੇ ਆਉਣ ਦਾ ਕੀ ਮਕਸਦ ਹੈ, ਜੇ ਤੁਸੀਂ ਇਹਨਾਂ ਪ੍ਰਸ਼ਨਾਂ ਦੇ ਉੱਤਰ ਲੱਭ ਲੈਂਦੇ ਹੋ ਤਾਂ ਤੁਸੀਂ ਆਪਣੇ ਆਪ ਨੂੰ ਲੱਭ ਲੈਂਦੇ ਹੋ ਅਤੇ ਤੁਸੀਂ ਪਰਮਾਤਮਾ ਨੂੰ ਲੱਭ ਲੈਂਦੇ ਹੋ।

ਕਿਉਂ ਮੇਰਾ-ਮੇਰਾ ਕਰਦਾ ਬੰਦਿਆ...

ਕਿਉਂ ਮੇਰਾ-ਮੇਰਾ ਕਰਦਾ ਬੰਦਿਆ
ਏਥੋਂ ਕੁਛ ਨੀ ਲੈ ਹੋਣਾ ਤੈਥੋਂ
ਬਿਨ੍ਹਾਂ ਕੱਪੜਿਆਂ ਤੋਂ ਆਇਆ ਸੀ
ਤੇ ਬਿਨ੍ਹਾਂ ਕੱਪੜਿਆਂ ਤੋਂ ਜਾਣਾ ਏਥੋਂ

ਮਿਹਨਤ ਦੀ ਭੱਠੀ...

ਮਿਹਨਤ ਦੀ ਭੱਠੀ 'ਚ ਜਿਹੜੇ ਬਲਦੇ ਹੁੰਦੇ ਆ
ਵੱਜ ਹਿੱਕਾਂ 'ਚ ਕਾਲਜੇ ਉਹੀ ਫੂਕਦੇ ਹੁੰਦੇ ਆ

ਕੋਈ ਖਾਸ ਜਾਦੂ ਨਹੀ ਮੇਰੇ ਕੋਲ...

ਕੋਈ ਖਾਸ ਜਾਦੂ ਨਹੀ ਮੇਰੇ ਕੋਲ
ਬੱਸ ਗੱਲਾਂ ਹੀ ਨੇ ਜੋ ਦਿਲ ਤੋਂ ਕਰੀਦੀਆਂ

ਸੋਚ ਅਜਿਹੀ ਰੱਖੋ...

ਸੋਚ ਅਜਿਹੀ ਰੱਖੋ ਕਿ ਲੋਕ
ਤੁਹਾਡੇ ਬਾਰੇ ਚੰਗਾ ਸੋਚਣ ਲਈ ਵੀ ਮਜਬੂਰ ਹੋ ਜਾਣ

ਪੁਰਾਣਾ ਤੇ ਅੱਜ ਦਾ ਸਮਾਂ...

ਪਹਿਲਾਂ ਸਮਾਂ ਸੀ ਜਦੋਂ ਲੋਕ ਇਕੱਠੇ ਹੋਕੇ ਆਪਸ 'ਚ ਗੱਲਾਂ ਕਰਦੇ ਸੀ। ਫਿਰ ਸਮਾਂ ਆਇਆ ਫੋਨਾਂ ਦਾ ਤੇ ਲੋਕ ਫਿਰ ਫੋਨਾਂ ਤੇ ਗੱਲਾਂ ਕਰਨ ਲੱਗ ਪਏ। ਫਿਰ ਸਮਾਂ ਹੋ ਗਿਆ ਡਿਜਿਟਲ ਤੇ ਲੋਕ ਮੈਸਿਜ ਰਾਹੀਂ ਗੱਲਾਂ ਕਰਨ ਲੱਗ ਪਏ ਤੇ ਅੱਜ ਕੱਲ ਲੋਕ ਫੋਟੋਆਂ ਭੇਜ ਕੇ ਗੱਲਾਂ ਕਰਨ ਲੱਗ ਪਏ ਨੇ। ਪਤਾ ਨਹੀ ਆ ਹੁਣ ਸਮੇਂ ਦੀ ਹੇਰ ਫੇਰ ਆ ਜਾਂ ਲੋਕਾਂ ਦੀ ਫਿਤਰਤ ਬਦਲਦੀ ਜਾ ਰਹੀ ਹੈ।

ਤੇਰੇ ਦੀਦਾਰ...

ਤੇਰੇ ਦੀਦਾਰ ਨਾਲ ਮੇਰੀ ਰੂਹ ਖਿੜ ਜਾਵੇ
ਜਿੰਨੀ ਵਾਰ ਤੇਰੇ ਵੱਲ ਦੇਖਾਂ ਮੈਨੂੰ ਫਿਰ ਤੋਂ ਪਿਆਰ ਹੋ ਜਾਵੇ

ਦਿਲ ਇੱਕ ਨਾਲ ਲਾਇਆ...

ਦਿਲ ਇੱਕ ਨਾਲ ਲਾਇਆ
ਐਂਵੇ ਜਣੇ-ਖਣੇ ਤੇ ਨੀ ਪਿਆਰ ਲੁਟਾਇਆ
ਇੱਕ ਵਾਰ ਹੱਥ ਫੜ੍ਹ ਕੇ ਤਾਂ ਦੇਖ
ਜੋਬਨ ਵੇਖੀਂ ਅਖੀਰ ਤੱਕ ਤੇਰੇ ਨਾਲ ਜਾਏਗਾ

ਆਵਦੀ ਕਿਸਮਤ ਨੂੰ ਨਾ ਕੋਸ ਬੰਦਿਆ...

ਆਵਦੀ ਕਿਸਮਤ ਨੂੰ ਨਾ ਕੋਸ ਬੰਦਿਆ
ਇਹ ਸਭ ਮਾਲਕ ਦੇ ਭਾਣੇ ਨੇ
ਫਲ ਦੀ ਚਿੰਤਾ ਨਾ ਕਰ
ਵਧ-ਚੜ੍ਹ ਕੇ ਕਰ ਮਿਹਨਤਾਂ
ਆਖਿਰ ਸਭ ਉਸਦੇ ਹੀ ਨਿਆਣੇ ਨੇ

ਦਿਲ ਤੈਨੂੰ ਚਾਹੁੰਦਾ ਬੜਾ...

ਦਿਲ ਤੈਨੂੰ ਚਾਹੁੰਦਾ ਬੜਾ

ਪਰ ਕਹਿਣ ਤੋਂ ਡਰਦਾ

ਤੇਰੇ ਨਾਲ ਉਮਰ ਬਿਤਾਉਣ ਨੂੰ ਜੀ ਕਰਦਾ

ਪਰ ਕਹਿਣ ਤੋਂ ਡਰਦਾ

ਤੇਰੇ ਨਾਲ ਹੱਸਣੇ ਨੂੰ ਜੀ ਕਰਦਾ

ਪਰ ਕਹਿਣ ਤੋਂ ਡਰਦਾ

ਤੇਰੇ ਹੱਥਾਂ ਤੇ ਆਵਦੇ ਨਾਂ ਦੀ ਮਹਿੰਦੀ ਵੇਖਣ ਨੂੰ ਜੀ ਕਰਦਾ

ਪਰ ਕਹਿਣ ਤੋਂ ਡਰਦਾ

ਰੱਬਾ ਇਹ ਕਿਹੜੇ ਰਾਹੇ ਜੋਬਨ ਨੂੰ ਪਾਤਾ

ਬੋਲਣ ਤੇ ਵੀ ਡਰਦਾ ਤੇ ਨਾ ਬੋਲਣ ਤੇ ਵੀ ਡਰਦਾ

ਵਾਅਦਾ ਨਹੀਂ ਕਰ ਸਕਦਾ...

ਮੈਂ ਇਹ ਵਾਅਦਾ ਨਹੀਂ ਕਰ ਸਕਦਾ
ਕਿ ਮੈਂ ਤੁਹਾਨੂੰ ਕਦੀ ਵੀ ਰੋਣ ਨਹੀਂ ਦਿਆਂਗਾ
ਪਰ ਮੈਂ ਤੁਹਾਨੂੰ ਇਹ ਵਾਅਦਾ ਕਰਦਾ
ਕਿ ਕਦੇ ਵੀ ਤੁਸੀਂ
ਉਨ੍ਹਾਂ ਦਾ ਇਕੱਲੇ ਸਾਹਮਣਾ ਨਹੀ ਕਰੋਗੇ

ਦੱਸ ਕਿੰਨਾ ਪਿਆਰ ਕਰਦੈਂ...

ਕਹਿੰਦੀ ਦੱਸ ਮੈਨੂੰ ਕਿੰਨਾ ਪਿਆਰ ਕਰਦੈਂ
ਮੈਂ ਕਿਹਾ ਉਹ ਚੰਦਨ ਹੀ ਕੀ ਜਿਹਦੀ
ਮਹਿਕ ਖਤਮ ਹੋ ਜਾਵੇ,

ਕਮਲਿਏ ਉਹ ਪਿਆਰ ਈ ਕੀ
ਜੋ ਸ਼ਬਦਾਂ 'ਚ ਬਿਆਨ ਹੋ ਜਾਵੇ।

ਮੈਂ ਦਿਲੋਂ ਕਹਿਣੀ ਆਂ...

ਕਹਿੰਦੀ ਮੈਂ ਦਿਲੋਂ ਕਹਿਣੀ ਆਂ
ਤੂੰ ਮੈਨੂੰ ਪਸੰਦ ਨੀ
ਮੈਂ ਕਿਹਾ ਸ਼ੁਕਰ ਦਾਤਿਆ
ਭਾਵੇਂ ਮਾੜਾ ਹੀ ਸਹੀ
ਪਰ ਮੇਰੇ ਬਾਰੇ ਦਿਲੋਂ ਤਾਂ ਸੋਚਦੀ ਆ

ਨਾ ਸਤਾ ਰੱਬਾ...

ਸਾਨੂੰ ਹਾਰੇ ਹੰਭਿਆ ਨੂੰ ਹੋਰ ਨਾ ਸਤਾ ਰੱਬਾ
ਜਾਂ ਤਾਂ ਕਿਸੇ ਰਾਹੇ ਪਾ ਦੇ ਜਾਂ ਕੱਢ ਲਾ ਜਾਨ ਰੱਬਾ

ਮੈਂ ਲਿਖਦਾ ਹਾਂ...

ਮੈਂ ਲਿਖਦਾ ਹਾਂ ਹਮੇਸ਼ਾ ਉਹਨਾਂ ਦੇ ਲਈ
ਜਿਨ੍ਹਾਂ ਨੇ ਕਦੇ ਪੜ੍ਹਿਆ ਹੀ ਨੀ

ਮੈਂ ਖੁਸ਼ ਹਾਂ...

ਮੈਂ ਖੁਸ਼ ਹਾਂ ਉਹਨਾਂ ਕਰਕੇ ਜੋ ਮੈਨੂੰ ਪਸੰਦ ਨੀ ਕਰਦੇ
ਕਿਉਂਕਿ ਉਹਨਾਂ ਕਰਕੇ ਹੀ
ਮੈਨੂੰ ਅੱਗੇ ਵਧਣ ਦੀ ਹਿੰਮਤ ਮਿਲਦੀ ਆ

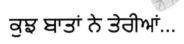

ਕੁਝ ਬਾਤਾਂ ਨੇ ਤੇਰੀਆਂ...

ਕੁਝ ਬਾਤਾਂ ਨੇ ਤੇਰੀਆਂ,
ਜੋ ਅੱਜ ਵੀ ਦਿਲ 'ਚ ਘਰ ਕਰੀ ਬੈਠਿਆਂ ਨੇ।
ਕੁਝ ਪਲ ਨੇ ਤੇਰੇ,
ਜੋ ਹਾਲੇ ਵੀ ਸਾਂਭ ਕੇ ਰੱਖੇ ਨੇ।
ਜਿੰਨੀ ਵਾਰ ਹੀ ਦੇਖਿਆ ਤੈਨੂੰ,
ਉਨੇ ਚਿਹਰੇ ਹੀ ਦਿਲ 'ਚ ਛਪੀ ਬੈਠੇ ਨੇ।

ਮੈਨੂੰ ਪਤਾ ਤੂੰ ਮੇਰੇ ਕਰਮਾਂ 'ਚ ਨੀ,
ਜ਼ਿਆਦਾ ਨੀ ਬੱਸ ਮੇਰੇ ਨਾਲ ਕੁਝ ਗੱਲਾਂ ਹੀ ਕਰ ਲਿਆ ਕਰ,
ਵਾਸਤਾ ਏ ਤੈਨੂੰ ਛੱਟ ਹਾਸਾ-ਗੇਲਾ ਹੀ ਕਰ ਲਿਆ ਕਰ।

ਮੇਰਾ ਸੁਭਾ ਨੀ ਸੀ ਇਹੋ ਜਿਹਾ,
ਤੇਰੇ ਆਉਣ ਨਾਲ ਬਦਲ ਜਿਹਾ ਗਿਆ,
ਬੜਾ ਸਖ਼ਤ ਸੀ ਮੈਂ,
ਪਰ ਹੁਣ ਨਰਮ ਹੋ ਜਿਹਾ ਗਿਆ।

ਮੈਨੂੰ ਪਤਾ ਤੂੰ ਮੇਰੇ ਦਿਲ ਦੇ ਰਾਹੇ ਕਦੇ ਨੀ ਤੁਰਨਾ,
ਫਿਰ ਵੀ ਪਤਾ ਨੀ ਮੈਂ ਤੇਰਾ ਰਾਹ ਕਿਉਂ ਤੱਕਦਾ ਰਹਿਣਾ।

ਮੈਂ ਜੋ ਵੀ ਲਿਖਿਆ ਸਭ ਸੱਚ ਲਿਖਿਆ,
ਜੋ ਜ਼ਜ਼ਬਾਤ ਨੇ ਮੇਰੇ ਉਹਨਾਂ ਨੂੰ ਸ਼ਬਦਾਂ ਦੀ ਮਾਲਾ 'ਚ ਪਰੋ ਕੇ ਰੱਖਿਆ।

ਅਫ਼ਸੋਸ ਕਾਗਜਾਂ ਤੇ ਹੀ ਲਿਖੀਆਂ ਰਹਿ ਗਈਆਂ,
ਜੋ ਤੈਨੂੰ ਕਹਿਣੀਆਂ ਸੀ,
ਖੈਰ ਵਾਹ-ਵਾਹ ਨਾਲ ਹੀ ਤੂੰ ਸਾਰ ਦੇਣਾ ਸੀ,
ਤੈਨੂੰ ਕਿਹੜਾ ਪੱਲੇ ਪੈਣੀਆਂ ਸੀ।

ਚਾਅ...

ਜਦੋਂ ਮਨ 'ਚ ਹੋਣਗੇ ਚਾਅ
ਫਿਰ ਆਪੇ ਲੱਭ ਜਾਣਗੇ ਰਾਹ

ਬਦਲਿਆ ਮਿਜ਼ਾਜ...

ਅੱਜ ਮਿਜ਼ਾਜ ਕੁਝ ਬਦਲਿਆ
ਹੋਇਆ ਆ ਮੇਰਾ,
ਦਿਲ ਕਿਸੇ ਹੋਰ ਦੇ ਨਾਂ ਤੇ ਧੜਕ
ਰਿਆ ਆ ਮੇਰਾ,
ਮੇਰੇ ਹਰ ਸਾਹ 'ਚ ਨਾਂ ਆ
ਰਿਆ ਆ ਤੇਰਾ,
ਤੇਰੀਆਂ ਯਾਦਾਂ ਨੇ ਦਿਮਾਗ ਘੇਰਿਆ
ਹੋਇਆ ਆ ਮੇਰਾ,
ਮੇਰੇ ਲਿਖੇ ਹਰ ਇੱਕ ਸ਼ਬਦ 'ਚ ਜ਼ਿਕਰ ਹੋ
ਰਿਆ ਆ ਤੇਰਾ,
ਅੱਜ ਕੁਝ ਖਾਸ ਨੀ ਆ...
ਹਰ ਰੋਜ਼ ਹੀ ਤੇਰੇ ਤੇ ਐਨਾ ਪਿਆਰ ਡੁਲਕਦਾ
ਆ ਮੇਰਾ।

ਮੇਰੇ ਤੋਂ ਸੋਹਣੇ...

ਤੈਨੂੰ ਮੇਰੇ ਤੋਂ ਸੋਹਣੇ ਵੀ ਕਈ ਮਿਲ ਜਾਣਗੇ,
ਮੇਰੇ ਤੋਂ ਸਮਝਦਾਰ ਵੀ ਕਈ ਮਿਲ ਜਾਣਗੇ,
ਪਰ ਮੇਰੇ ਵਰਗਾ ਕਮਲਾ ਨੀ ਮਿਲਣਾ,
ਭਾਵੇਂ ਅਜਮਾ ਕੇ ਦੇਖ ਲਵੀਂ।

ਕੌਣ ਤੇਰੇ ਨਾਲ ਐਵੇਂ ਪਿਆਰ ਕਰੂਗਾ,
ਜਿਵੇਂ ਮੈਂ ਕਰਿਆ ਕਰਦਾਂ,
ਤੇਰੀ ਖੁਸ਼ੀ 'ਚ ਆਵਦੀ ਖੁਸ਼ੀ ਦੇਖਣ ਆਲਾ,
ਲੱਭਣਾ ਨੀ ਕੋਈ,
ਭਾਵੇਂ ਅਜਮਾ ਕੇ ਦੇਖ ਲਵੀਂ।

ਮੈਨੂੰ ਪਤਾ ਪਿਆਰ ਮੇਰਾ ਇੱਕ ਤਰਫਾ ਆ,
ਤੇਰੇ ਪੱਖੋਂ ਮੈਨੂੰ ਇਹ ਖੁਸ਼ੀ ਨਸੀਬ ਨੀ ਹੋਣੀ,
ਫਿਰ ਵੀ ਕਰੇ ਜੋ ਤੇਰੀ ਖੁਸ਼ਹਾਲੀ ਦੀਆਂ ਅਰਦਾਸਾਂ,
ਇਹੋ ਜਿਹਾ ਆਸ਼ਿਕ ਨੀ ਮਿਲਣਾ,
ਭਾਵੇਂ ਲੱਖ ਅਰਦਾਸਾਂ ਕਰ ਲਵੀਂ।

ਤੇਰੇ ਹਾਸੇ ਵਿੱਚ ਹੱਸਣ ਆਲੇ ਤਾਂ ਬਹੁਤੇ ਮਿਲ ਜਾਣਗੇ,
ਤੇਰੇ ਰੋਣੇ ਵਿੱਚ ਰੋਣ ਆਲਾ ਜੇ ਕੋਈ ਮਿਲਿਆ,
ਤਾਂ ਦੱਸ ਦੇਵੀਂ,
ਤੈਨੂੰ ਦੁਆਵਾਂ ਦੇਣ ਆਵਾਂਗੇ,
ਬੇਸ਼ੱਕ...ਭਾਵੇਂ ਅਜਮਾ ਕੇ ਦੇਖ ਲਵੀਂ...

ਵੱਸਣਾ ਹੋਇਆ ਤਾਂ ਆ ਜਾਵੀਂ...

ਵੱਸਣਾ ਹੋਇਆ ਤਾਂ ਆ ਜਾਵੀਂ,
ਦਿਲ ਦਰਿਆ ਏ।
ਕਦੇ-ਕਦੇ ਮੈਂ ਸੋਚਦਾ ਹਾਂ,
ਕਿ ਉਦਾਂ ਇਹ ਸਭ ਬੇਲੋੜ ਏ।
ਕਿੰਨਾ ਕੁਝ ਸੋਚਦਾ ਹਾਂ,
ਜੇ ਸਿਰੇ ਨਾ ਲੱਗਿਆ,
ਤਾਂ ਸਭ ਫ਼ਜ਼ੂਲ ਏ।
ਥੱਕ ਕੇ ਸੋਚਦਾ ਹਾਂ ਰੁਕ ਜਾਵਾਂ,
ਸੱਦਰਾਂ ਜੋ ਰਹਿੰਦੀਆਂ, ਭੁਲਾ ਜਾਵਾਂ,
ਆਵਾਜ ਆਉਂਦੀ ਤੁਰਦੇ ਰਹਿ,
ਮੰਜ਼ਿਲ ਹਾਲੇ ਅਗਾਂਹ ਏ।
ਕਰਕੇ ਹੌਂਸਲਾ ਮੈਂ ਫਿਰ ਅਗਾਂਹ ਨੂੰ ਤੁਰਦਾ,
ਸੋਚ ਕੇ ਇਹ ਕਿ ਸਮਾਂ ਲੰਘ ਗਿਆ ਤਾਂ ਕਿੱਥੇ ਮੁੜਦਾ,
ਨਾਲੇ ਵੇਖਣ ਨੂੰ ਤਾਂ ਹਾਲੇ ਸਾਰਾ ਜਹਾਨ ਖੜਾ ਏ।
ਸੋਚਦਾ ਤਾਂ ਬੜਾ ਪਰ,
ਦਿਲ ਮੇਰੀ ਕਿੱਥੇ ਸੁਣਦਾ ਏ,
ਆਵਦੇ ਆਪ ਨੂੰ ਤਾਂ ਇਹ,
ਬੱਸ ਖੁਦਾ ਸਮਝਦਾ ਏ।
ਜਿਆਦਾ ਤਾਂ ਨੀ,
ਕੁਝ ਕੂ ਖ਼ਾਮੀਆਂ ਵੀ ਨੇ,
ਵੱਸਣਾ ਹੋਇਆ ਤਾਂ ਆ ਜਾਵੀਂ,
ਦਿਲ ਦਰਿਆ ਏ।

ਮੈਂ ਕਹਿੰਦਾ ਸੀ...

ਮੈਂ ਅਕਸਰ ਉਹਨੂੰ ਕਹਿੰਦਾ ਸੀ...
ਮੈਨੂੰ ਛੱਡ ਨਾ ਜਾਵੀਂ,
ਦਿਲੋਂ ਕਿਤੇ ਕੱਢ ਨਾ ਜਾਵੀਂ,
ਇਸ ਦੁਨੀਆਂ ਦੀ ਭੀੜ 'ਚ
ਮੈਨੂੰ ਕਿਤੇ ਰੋਲ ਨਾ ਜਾਵੀਂ,

ਤੇ ਉਹ ਅਕਸਰ ਕਹਿੰਦੀ ਰਈ...
ਤੇਰੇ ਦਿਲ 'ਚ ਮੈਨੂੰ ਨਹਿਂਉਂ
ਦਿਸਦਾ ਆਵਦਾ ਚਿਹਰਾ,
ਕੋਈ ਹੋਰ ਆ ਤੇਰੇ ਤੋਂ
ਵੀ ਜਿਆਦਾ ਅਜ਼ੀਜ਼ ਮੇਰਾ,

ਮੈਂ ਸੋਚਦਾ ਰਿਆ
ਕਿ ਉਹ ਝੂਠ ਮਾਰਦੀ ਆ,
ਭੋਲੀ ਆ ਕਿਤੇ ਧੋਖਾ ਨਾ ਖਾ ਬੈਠੇ
ਇਸ ਲਈ ਡਰਦੀ ਆ,

ਪਰ...
ਅੱਜ ਮੈਂ ਬਹੁਤ ਰੋਇਆਂ,
ਆਵਦਾ ਪਿਆਰ ਕਿਸੇ ਹੋਰ ਦੀ ਝੋਲੀ ਪੈਂਦਾ ਵੇਖ,
ਬਾਹਰੋਂ ਤਾਂ ਜਿਉਂਦਾ,
ਅੰਦਰੋਂ ਅੱਜ ਮੈਂ ਮੋਇਆ,
ਆਵਦੀਆਂ ਖੁਸ਼ੀਆਂ ਅੱਜ ਕਿਸੇ ਹੋਰ ਦੇ ਨਾਲ ਜਾਂਦੀਆਂ ਵੇਖ।

ਹੋਰ ਨੀ ਦੂਰ ਰਿਆ ਜਾਂਦਾ...

ਬੱਸ ਹੁਣ ਹੋਰ ਨੀ ਜਰਿਆ ਜਾਂਦਾ,
ਹੁਣ ਹੋਰ ਨੀ ਤੇਰੇ ਤੋਂ ਦੂਰ ਰਿਆ ਜਾਂਦਾ,
ਪਿਆਰ ਵਾਲੀ ਹੱਦ ਵੀ ਮੈਂ ਲੰਘ ਆਇਆਂ,
ਤੂੰ ਤਾਂ ਆਦਤ ਬਣ ਗਈ ਏਂ ਮੇਰੀ,
ਹੋਰ ਨੀ ਮੇਰੇ ਤੋਂ ਆਵਦੇ ਜਜ਼ਬਾਤ ਲਕੋਏ ਜਾਂਦੇ,
ਹੁਣ ਕਹਿ ਦੇਣਾ ਮੈਂ ਤੈਨੂੰ ਸਭ ਕੁਝ,
ਜੋ ਚਿਰਾਂ ਤੋਂ ਦਿਲ 'ਚ ਲਕੋਈ ਬੈਠਾਂ,
ਬਾਕੀ ਸਭ ਤਾਂ ਤੇਰੇ ਤੇ ਆ,
ਤੂੰ ਸਾਥ ਦੇਣਾ ਜਾਂ ਛੱਡਣਾ,
ਮੈਂ ਤਾਂ ਦਿਲ ਵਾਲੀ ਗੱਲ ਤੈਨੂੰ ਕਹਿ ਹੀ ਦੇਣੀ ਆ।

ਭੁੱਲ ਜਾ ਜੋ ਬੀਤ ਗਿਆ...

ਚਲ ਮਨਾ ਭੁੱਲ ਜਾ ਜੋ ਬੀਤ ਗਿਆ,
ਕਿਉਂ ਬੀਤੇ ਵਕਤ ਨੂੰ ਯਾਦ ਕਰਦੈਂ,
ਚੰਗਾ ਸੀ ਜਾਂ ਮਾੜਾ ਸੀ ਛੱਡ ਹੁਣ,
ਹੁਣ ਬਦਲਿਆ ਤਾਂ ਨੀ ਜਾਣਾ ਜੋ ਲੰਘ ਗਿਆ।

ਪਤਾ ਮੈਨੂੰ ਤੂੰ ਗਲਤੀਆਂ ਬਹੁਤ ਕੀਤੀਆਂ ਉਦੋਂ,
ਕਈਆਂ ਦੇ ਦਿਲਾਂ ਨੂੰ ਸੱਟਾਂ ਮਾਰੀਆਂ,
ਪਤਾ ਨੀ ਮਨਾ ਮੇਰਿਆ ਤੈਨੂੰ ਕੀ ਹੋਇਆ ਸੀ,
ਕਈ ਤਾਂ ਤੂੰ ਨਾ ਬਖ਼ਸ਼ਣ ਵਾਲੀਆਂ ਕੀਤੀਆਂ ਉਦੋਂ।

ਚੱਲ ਛੱਡ ਹੁਣ ਲੰਘਿਆ ਯਾਦ ਕਰਕੇ ਕਿਉਂ ਰੋਣਾ,
ਬੀਤਿਆ ਕੱਲ੍ਹ ਬੰਦੇ ਦਾ ਅੱਜ ਤਾਂ ਨੀ ਦਰਸਾ ਸਕਦਾ,
ਉਹੀ ਕੱਲ੍ਹ ਕਈ ਵਾਰ ਬੰਦੇ ਨੂੰ ਚੰਗਾ ਇਨਸਾਨ ਵੀ ਬਣਾ ਸਕਦਾ,
ਚੰਗਾ ਸੋਚ ਤੇ ਚੰਗਾ ਕਰ ਤੈਨੂੰ ਕੀ ਪਤਾ ਅੱਗੇ ਕੀ ਹੋਣਾ।

ਚਾਰ ਕੁ ਦਿਨਾਂ ਦੀ ਜ਼ਿੰਦਗੀ ਆ,
ਫਿਰ ਬਣ ਜਾਣਾ ਸਭ ਨੇ ਮਿੱਟੀ ਦੀ ਢੇਰੀ ਏ,
ਚੰਗਾ ਇਨਸਾਨ ਬਣ,
ਆਖਰ ਮਾਲਕ ਨੂੰ ਮੂੰਹ ਵੀ ਵਖਾਉਣਾ ਆ।

ਬੱਸ ਕਰ ਜਿੰਦੜੀਏ...

ਬੱਸ ਕਰ ਜਿੰਦੜੀਏ
ਉਹਦੇ ਲਈ ਬਥੇਰਾ ਤਿਲ-ਤਿਲ
ਮਰ ਕੇ ਵੇਖ ਲਿਆ ਈ,
ਉਹਨੂੰ ਪਾਉਣ ਲਈ ਤੂੰ
ਹਰ ਇੱਕ ਪੈਂਤਰਾ
ਵਰਤ ਕੇ ਵੇਖ ਲਿਆ,
ਜੇ ਉਹਨੇ ਤੇਰਾ ਹੋਣਾ ਹੁੰਦਾ
ਤਾਂ ਏਨੇ ਤਰਲੇ ਥੋੜਾ ਕਰਵਾਉਣੇ ਸੀ,
ਵੇਖ ਕੇ ਤੈਨੂੰ
ਮੁਖ ਥੋੜਾ ਫੇਰਨਾ ਸੀ,

ਬੱਸ ਕਰ ਹੁਣ ਜਿੰਦੜੀਏ
ਮੈਂ ਵੀ ਥੱਕ ਗਿਆਂ,
ਤੂੰ ਮੈਨੂੰ ਖੁਸ਼ ਰੱਖੇਂਗੀ
ਤੇਰੇ ਆ ਝੂਠੇ ਲਾਰਿਆਂ ਤੋਂ ਥੱਕ ਗਿਆਂ,
ਛੱਡਦੇ ਉਹਨੂੰ ਯਾਦ ਕਰਨਾ
ਮੈਂ ਹੁਣ ਖੁਸ਼ ਰਹਿਣਾ ਚਾਹੁਣਾ
ਪੱਲਾ ਫੜ੍ਹ ਕੇ ਖੁਸ਼ੀ ਦਾ
ਬਾਕੀ ਦੀ ਜ਼ਿੰਦਗੀ
ਮੈਂ ਹੁਣ ਹੱਸ ਕੇ ਛੂਮਣਾ ਚਾਹੁਣਾ
ਹੱਸ ਕੇ ਛੂਮਣਾ ਚਾਹੁਣਾ

ਸੁਫ਼ਨਿਆਂ ਦਾ ਸ਼ਹਿਰ...

ਮੈਂ ਇੱਕ ਸੁਫ਼ਨਿਆਂ ਦਾ ਸ਼ਹਿਰ ਵਸਾਉਣਾ ਏ
ਜਿਹਦੇ ਵਿੱਚ ਤੂੰ ਮੇਰੇ ਨਾਲ ਹੋਣਾ ਏ

ਜਿਹਦੇ ਵਿੱਚ 'ਤਸਵੀਰਾਂ ਹੋਣਗੀਆਂ
ਤੇਰੀਆਂ ਤੇ ਮੇਰੀਆਂ
ਯਾਦਾਂ ਹੋਣਗੀਆਂ
ਤੇਰੀਆਂ ਤੇ ਮੇਰੀਆਂ

ਤੂੰ ਮੇਰੇ ਲਈ ਵਰਤ ਰੱਖਿਆ ਕਰੀਂ,
ਮੈਂ ਤੇਰੇ ਲਈ ਪਾਠ ਕਰਿਆ ਕਰਾਂਗਾ।
ਤੂੰ ਮੇਰੇ ਲਈ ਰੋਟੀਆਂ ਪਕਾਇਆ ਕਰੀਂ,
ਮੈਂ ਤੇਰੇ ਲਈ ਸਫਾਈਆਂ ਕਰਿਆ ਕਰਾਂਗਾ।
ਤੂੰ ਮੇਰੀ ਪੱਗ ਦੀ ਪੂਣੀ ਕਰਾਇਆ ਕਰੀਂ,
ਮੈਂ ਤੇਰੀਆਂ ਚੁੰਨੀਆਂ ਤੇ ਗੋਟੇ ਲਾਇਆ ਕਰਾਂਗਾ।
ਤੂੰ ਆਪਣੇ ਪੁੱਤ ਦਾ ਜੂੜਾ ਕਰਿਆ ਕਰੀਂ,
ਮੈਂ ਆਪਣੀ ਗੁੱਡੀ ਦੀ ਗੁੱਤ ਕਰਿਆ ਕਰਾਂਗਾ।

ਜੇ ਤੇਰਾ ਚਿੱਤ ਕਰੇ...
ਕਦੇ-ਕਦੇ ਤੂੰ ਮੇਰੇ ਨਾਲ ਲੜ ਵੀ ਲਿਆ ਕਰੀਂ,
ਤੇ ਮੈਂ ਤੈਨੂੰ ਮਨਾ ਲਿਆ ਕਰਾਂਗਾ।
ਕਿਤੇ ਜਾਣਾ ਹੋਵੇ ਤਾਂ...

ਮੇਰੇ ਟਾਈ ਤੂੰ ਬੰਨ੍ਹ ਦਿਆ ਕਰੀਂ,
ਤੇ ਮੈਂ ਚੁੰਨੀ ਨਾਲ ਤੈਨੂੰ ਸਜਾ ਲਿਆ ਕਰਾਂਗਾ।

ਰਾਤ ਨੂੰ ਗੱਲਾਂ ਕਰਦੇ-ਕਰਦੇ,
ਸੌਂ ਜਿਆ ਕਰਾਂਗੇ।
ਤੇ ਸਵੇਰੇ ਉੱਠ ਕੇ, ਇੱਕ ਦੂਜੇ ਦਾ ਚਿਹਰਾ ਵੇਖ ਖੁਸ਼,
ਹੋ ਲਿਆ ਕਰਾਂਗੇ।

ਕੰਮ ਕਰ-ਕਰ ਜੇ ਤੇਰਾ,
ਸਿਰ ਦੁਖਿਆ ਕਰੂਗਾ।
ਮੈਂ ਉਹਨੂੰ ਨੱਪ ਦਿਆ ਕਰਾਂਗਾ,
ਜਦੋਂ ਤੂੰ ਕੱਲ੍ਹੀ ਦਫਤਰ ਜਾਇਆ ਕਰੇਂਗੀ,
ਫਿਕਰ ਨਾ ਕਰੀਂ...
ਘਰ ਮੈਂ ਸੰਵਾਰ ਦਿਆ ਕਰਾਂਗਾ।

ਬਿਨ ਕਹੇ ਤੇਰੀਆਂ ਅੱਖਾਂ,
ਪੜ੍ਹ ਲਿਆ ਕਰਾਂਗਾ।
ਜੇ ਗਲਤੀ ਤੇਰੀ ਹੋਈ, ਫਿਰ ਵੀ
ਮਾਫ਼ੀ ਮੈਂ ਮੰਗ ਲਿਆ ਕਰਾਂਗਾ।

ਬੱਸ ਇੱਕੋ ਹੀ ਅਰਦਾਸ ਆ,
ਮੇਰੇ ਸੁਫ਼ਨਿਆਂ ਦਾ ਇੱਕ ਛੋਟਾ ਜਾ ਸ਼ਹਿਰ ਹੋਵੇ,
ਜਿਹਦੇ ਵਿੱਚ...
ਤੂੰ ਹਰ ਪੱਲ ਮੇਰੇ ਨਾਲ ਹੋਵੇਂ।
ਤੇਰਾ-ਮੇਰਾ ਸਾਥ ਹੋਵੇ।

ਇੱਕ ਆਖਰੀ ਵਾਰ...

ਮੈਂ ਇੱਕ ਆਖਰੀ ਵਾਰ ਤੈਨੂੰ ਮਿਲਣਾ ਚਾਹੁੰਦਾਂ
ਬੱਸ ਤੈਨੂੰ
ਰੱਜ ਕੇ ਵੇਖਣਾ ਚਾਹੁੰਦਾਂ

ਮੈਂ ਇੱਕ ਆਖਰੀ ਵਾਰ ਤੇਰੇ ਨਾਲ ਬਹਿਣਾ ਚਾਹੁੰਦਾਂ
ਜੋ ਦਿਲ 'ਚ ਦੱਬੀਆਂ ਨੇ ਗੱਲਾਂ
ਤੈਨੂੰ ਕਹਿਣਾ ਚਾਹੁੰਦਾਂ

ਮੈਂ ਇੱਕ ਆਖਰੀ ਵਾਰ ਤੇਰੇ ਗਲੇ ਲੱਗਣਾ ਚਾਹੁੰਦਾਂ
ਗਲ ਲੱਗ
ਉੱਚੀ-ਉੱਚੀ ਰੋਣਾ ਚਾਹੁੰਦਾਂ

ਮੈਂ ਇੱਕ ਆਖਰੀ ਵਾਰ ਤੇਰੇ ਨਾਲ ਗੱਲ ਕਰਨਾ ਚਾਹੁੰਦਾਂ
ਤੇਰੇ ਮਿੱਠੇ ਲਫ਼ਜ਼
ਕੰਨਾਂ ਰਾਹੀਂ ਦਿਲ ਤੱਕ ਪਹੁੰਚਾਣਾ ਚਾਹੁੰਦਾਂ

ਮੈਂ ਇੱਕ ਆਖਰੀ ਵਾਰ ਖੁਸ਼ ਹੋਣਾ ਚਾਹੁੰਦਾਂ
ਆਵਦਾ ਨਾਮ
ਤੇਰੇ ਬੁੱਲਾਂ ਚੋਂ ਸੁਣਨਾ ਚਾਹੁੰਦਾਂ

ਮੈਂ ਇੱਕ ਆਖਰੀ ਵਾਰ ਮਾਫ਼ੀ ਮੰਗਣਾ ਚਾਹੁੰਦਾਂ
ਆਪਣੇ ਵਿਚਾਲੇ
ਜੋ ਗਿਲੇ-ਸ਼ਿਕਵੇ ਨੇ, ਦੂਰ ਕਰਨਾ ਚਾਹੁੰਦਾਂ

ਮੈਂ ਇੱਕ ਆਖਰੀ ਵਾਰ ਤੇਰੇ ਬਾਰੇ ਸੋਚਣਾ ਚਾਹੁੰਦਾਂ
ਸੋਚਦੇ-ਸੋਚਦੇ
ਰੱਬ ਨੂੰ ਪਿਆਰਾ ਹੋਣਾ ਚਾਹੁੰਦਾਂ

ਮੈਨੂੰ ਪਸੰਦ ਆ...

ਮੈਨੂੰ ਪਸੰਦ ਆ
ਰਾਤਾਂ ਨੂੰ ਮੰਜੇ ਤੇ ਲੰਮੇ ਪਏ
ਅੰਬਰਾਂ ਵਾਲ ਵੇਖਣਾ
ਤੇਰੀਆਂ ਯਾਦਾਂ 'ਚ ਖੋਣਾ

ਮੈਨੂੰ ਪਸੰਦ ਆ
ਮੇਰਾ ਨਾਂ ਸੁਣਦਿਆਂ ਹੀ
ਤੇਰਾ ਸੰਗਣਾ
ਸੰਗਦਿਆਂ ਤੇਰੀਆਂ ਗੱਲ੍ਹਾਂ ਲਾਲ ਹੋਣਾ

ਮੈਨੂੰ ਪਸੰਦ ਆ
ਤੇਰੀਆਂ ਯਾਦਾਂ ਦੀ ਗਠੜੀ ਨੂੰ
ਬੁੱਕਲ ਵਿੱਚ ਲੈ ਕੇ
ਤੈਨੂੰ ਯਾਦ ਕਰਨਾ

ਮੈਨੂੰ ਪਸੰਦ ਆ
ਤੇਰਾ ਹੱਥ
ਮੇਰੇ ਹੱਥ 'ਚ ਹੋਣਾ
ਤੇ ਤੇਰੀਆਂ ਬਾਤਾਂ ਵਿੱਚ ਖੋਣਾ

ਮੈਨੂੰ ਪਸੰਦ ਆ
ਤੇਰਾ ਮੇਰੇ ਵੱਲ
ਵੇਖਣਾ
ਤੇ ਫਿਰ ਸ਼ਰਮਾਉਣਾ

ਮੈਨੂੰ ਪਸੰਦ ਆ
ਤੇਰਾ ਮੈਨੂੰ ਆਵਦਾ ਕਹਿਣਾ
ਤੇ ਮੇਰੇ ਤੇ
ਆਵਦਾ ਹੱਕ ਜਮਾਉਣਾ

ਮੈਨੂੰ ਪਸੰਦ ਆ
ਤੇਰੀਆਂ ਮੋਤੀਆਂ ਵਰਗੀਆਂ ਅੱਖਾਂ
ਉਹਨਾਂ ਦਾ ਮੇਰੇ ਵੱਲ ਤੱਕਣਾ
ਵਿੱਚ ਉਹਨਾਂ ਦੇ ਆਵਦਾ ਚੇਹਰਾ ਵੇਖਣਾ

ਮੈਨੂੰ ਪਸੰਦ ਆ
ਤੇਰਾ ਮੇਰੇ ਮੋਢੇ ਤੇ
ਆਵਦਾ ਸਿਰ ਰੱਖਣਾ
ਸਦਾ ਤੇਰੇ ਨਾਲ ਰਹਿਣਾ

ਮੈਨੂੰ ਪਸੰਦ ਆ
ਤੇਰਾ ਹੱਥ ਜੋੜ ਕੇ
ਫ਼ਰਿਆਦ ਕਰਨਾ
ਰੱਬ ਕੋਲੋਂ ਮੈਨੂੰ ਮੰਗਣਾ

ਮੈਨੂੰ ਪਸੰਦ ਆ
ਤੇਰਾ ਚੇਹਰਾ
ਚੇਹਰੇ ਤੋਂ ਭਲਮਾਣਸੀ ਦਾ ਵਹਿਣਾ
ਇਸ ਤੇ ਹਮੇਸ਼ਾ ਰੋਣਕ ਵੇਖਣਾ

ਮੈਨੂੰ ਪਸੰਦ ਆ
ਤੇਰੇ ਬੁੱਲਾਂ ਤੋਂ
ਆਪਣਾ ਨਾਂ ਸੁਣਨਾ
ਸੁਣਕੇ ਨਿਹਾਲ ਹੋਣਾ

ਤੇਰਾ ਚੰਨ ਵਰਗਾ ਮੁੱਖ ਨੀ...

ਤੇਰਾ ਚੰਨ ਵਰਗਾ ਮੁੱਖ ਨੀ
ਵੇਖਣ ਵਾਲੇ ਦੇ ਤੋੜਦਾ ਦੁੱਖ ਨੀ
ਤੇਰੀਆਂ ਜੁਲਫਾਂ ਦਾ ਜਾਲ ਨੀ
ਕਰਦਾ ਮੈਨੂੰ ਬੇਹਾਲ ਨੀ
ਮੱਠੀ-ਮੱਠੀ ਤੇਰੀ ਮੁਸਕਾਨ ਨੀ
ਕੱਢੇ ਮੇਰੀ ਜਾਨ ਨੀ
ਇੱਕ ਹੱਥ ਘੜੀ, ਦੂਜੇ ਹੱਥ ਕੜਾ ਨੀ
ਤੇਰੀਆਂ ਅੱਖਾਂ 'ਚ ਨਸ਼ਾ ਹੀ ਬੜਾ ਨੀ
ਹੋਰ ਕਿੰਨੀ ਕੂ ਕਰਾਂ ਤੇਰੀ ਸਿਫਤ ਨੀ
ਰੱਬ ਨੇ ਤਾਂ ਤੈਨੂੰ ਪਰੀਆਂ ਤਰਾਂ
ਸਭ ਕੁਝ ਕੀਤਾ ਗਿਫਟ ਨੀ

ਹਾਂ ਮੈਂ ਅੱਜ ਵੀ...

ਹਾਂ ਮੈਂ ਅੱਜ ਵੀ ਤੈਨੂੰ ਚੇਤੇ ਕਰਦਾ ਹਾਂ,
ਤੇਰੇ ਕੀਤੇ ਸੁਨੇਹੇ ਹਾਲੇ ਵੀ ਪੜ੍ਹਿਆ ਕਰਦਾ ਹਾਂ,

ਹਾਂ ਮੈਂ ਅੱਜ ਵੀ ਤੈਨੂੰ ਦੇਖਦਾ ਹਾਂ,
ਘੰਟਾ-ਘੰਟਾ ਬਹਿਕੇ ਤੇਰੀਆਂ ਫੋਟੋਆਂ ਨੂੰ ਤੱਕਦਾ ਹਾਂ,

ਹਾਂ ਮੈਂ ਅੱਜ ਵੀ ਤੇਰਾ ਰਾਹ ਦੇਖਦਾ ਹਾਂ,
ਤੇਰੇ ਨਾਲ ਜਿਉਣ ਦੇ ਸੁਪਨੇ ਸਜਾਨਾ ਹਾਂ,

ਹਾਂ ਮੈਂ ਅੱਜ ਵੀ ਤੈਨੂੰ ਯਾਦ ਕਰਦਾ ਹਾਂ,
ਹੁਣ ਤਾਂ ਪਹਿਲਾਂ ਨਾਲੋਂ ਵੀ ਜਿਆਦਾ ਤੇਰੇ ਤੇ ਮਰਦਾ ਹਾਂ,

ਹਾਂ ਕਦੇ-ਕਦੇ ਮੰਨ ਵੀ ਹਲਕਾ ਕਰ ਲੈਂਦਾ ਹਾਂ,
ਯਾਦ ਕਰਕੇ ਤੈਨੂੰ ਬੰਦ ਕਮਰੇ 'ਚ ਰੋ ਵੀ ਲੈਂਦਾ ਹਾਂ,

ਹਾਂ ਮੈਂ ਅੱਜ ਵੀ ਤੈਨੂੰ ਪਾਉਣ ਨੂੰ ਤਰਸਦਾ ਹਾਂ,
ਘੁੱਟ ਕੇ ਤੈਨੂੰ ਸੀਨੇ ਲਾਉਣ ਨੂੰ ਤਰਸਦਾ ਹਾਂ...

ਕੁੱਝ ਕਵਾਂ ਤੈਨੂੰ...

ਮੇਰੀ ਗੱਲ ਸੁਨੇਂਗਾ
ਜਾਂ ਸੁਣਕੇ ਵੀ ਟਾਲ ਦੇਵੇਂਗਾ
ਗੱਲ ਸਮਝੇਂਗਾ ਵੀ
ਕੇ ਹੱਸ ਕੇ ਸਾਰ ਲਵੇਂਗਾ
ਮੈਨੂੰ ਪਤਾ ਤੂੰ ਮੈਨੂੰ ਮਾੜਾ ਹੀ ਕਵੇਂਗਾ
ਚਲ ਫਿਰ ਵੀ ਕਹਿ ਹੀ ਦੇਨੀ ਹਾਂ
ਫਿਰ ਤੂੰ ਚਾਹੇ ਚੰਗਾ ਸਮਝੀਂ
ਜਾਂ ਮਾੜਾ ਸਮਝੀਂ
ਸਿਆਣੀ ਸਮਝੀਂ
ਜਾਂ ਚਰਿਤ੍ਰਹੀਨ ਸਮਝੀਂ

ਮੈਂ ਵੀ ਤੇਰੇ ਵਾਂਗੂੰ ਰਹਿਣਾ ਚਾਹੁਣੀ ਹਾਂ
ਆਵਦਾ ਆਪ ਜਿਉਣਾ ਚਾਹੁਣੀ ਹਾਂ
ਮੇਰਾ ਵੀ ਚਿੱਤ ਕਰਦਾ ਜੋ ਦਿਲ 'ਚ ਆਵੇ ਉਹ ਪਾਵਾਂ
ਜੋ ਦਿਲ 'ਚ ਆਵੇ ਉਹ ਕਰਾਂ
ਮੈਂ ਵੀ ਚਾਹੁਣੀ ਹਾਂ ਤੇਰੇ ਵਾਂਗੂੰ
ਬਿਨ ਪੁੱਛੇ ਕਿਤੇ ਵੀ ਆਇਆ-ਜਾਇਆ ਕਰਾਂ
ਰਾਤ ਹੋਵੇ ਜਾਂ ਦਿਨ
ਕਿਤੇ ਵੀ ਬਿਨ੍ਹਾਂ ਡਰੇ ਜਾ ਸਕਾਂ
ਤੂੰ ਇਹ ਸਮਝ ਤੇਰੇ ਵਾਂਗੂੰ

ਜਿਉਣਾ ਚਾਹੁਣੀ ਹਾਂ
ਅਸਲੀ ਆਜ਼ਾਦੀ ਮਾਣਨਾ ਚਾਹੁਣੀ ਹਾਂ
ਬੱਸ...ਥੱਕ ਗਈ ਹਾਂ ਹੁਣ
ਆਵਦੀ ਜ਼ਿੰਦਗੀ ਦੂਜਿਆਂ ਦੇ ਕਹਿ ਤੇ ਜੀ ਕੇ
ਮੈਂ ਹੁਣ ਹੋਰ ਨੀ ਸਹਿਣਾ ਚਾਹੁੰਦੀ
ਵਾਂਗ ਆਜ਼ਾਦ ਪਰਿੰਦੇ
ਹੁਣ ਮੈਂ ਉੱਡਣਾ ਚਾਹੁੰਦੀ

ਦੱਸ ਫਿਰ
ਹੁਣ ਕੀ ਕਵੇਂਗਾ?
ਮੈਨੂੰ ਸਮਝੇਂਗਾ
ਕੇ ਚਰਿਤ੍ਰਹੀਣ ਹੀ ਕਵੇਂਗਾ!

ਮੇਰੀ ਉਲਝੀ ਜ਼ਿੰਦਗੀ...

ਮੇਰੀ ਜ਼ਿੰਦਗੀ ਪਤਾ ਨੀ ਕਿਉਂ ਆ ਏਨੀ ਉਲਝੀ,
ਏਨਾ ਪੜ੍ਹ ਲਿਖ ਕੇ ਵੀ ਪਤਾ ਨੀ ਕਿਉਂ ਨੀ ਸੁਲਝੀ।

ਰੱਬਾ ਤੇਰੇ ਕੋਲੋਂ ਮੰਗਿਆ ਨੀ ਅੱਜ ਤੱਕ ਕੁਝ,
ਪਰ ਸੁਣਿਆ ਮੈਂ ਤੂੰ ਬਿਨ ਕਹੇ ਸੁਣ ਲੈਣਾ ਸਭ ਬੁਝ।

ਬੱਸ ਕੁਝ ਹੀ ਜ਼ਰੂਰਤਾਂ ਨੇ ਮੇਰੀਆਂ,
ਪਤਾ ਮੈਨੂੰ ਰੱਬਾ ਉਹ ਵੀ ਤੇਰੇ ਤੋਂ ਨਹੀਂ ਲੁਕਿਆਂ।

ਸਮਝ ਨੀ ਲਗਦਾ ਕਿਵੇਂ ਮੈਂ ਇਹ ਸਭ ਕਰ ਲਵਾਂਗਾ,
ਬੱਸ ਰਾਹ ਵਿਖਾਲਦੇ ਮਾਲਕਾ ਤੁਰ ਮੈਂ ਆਪੇ ਲਵਾਂਗਾ।

ਸਾਰੇ ਜੋਬਨ ਨੂੰ ਪੁੱਛਦੇ ਨੇ ਤੂੰ ਏਨਾ ਖੁਸ਼ ਕਿਵੇਂ ਰਹਿਣੈ,
ਕਿਵੇਂ ਦੱਸਾਂ ਅੰਦਰੋਂ ਮੈਂ ਕਿੰਨਾ ਬੁਝਿਆ ਰਹਿਣੈ।

ਜਿੰਨਾ ਚਿਰ ਸਾਹ ਨੇ ਹਿੰਮਤ ਤਾਂ ਮੈਂ ਵੀ ਨਹੀ ਛਡਾਂਗਾ,
ਕੋਸ਼ਿਸ਼ ਤਾਂ ਮੈਂ ਕਰਦਾ ਰਵਾਂਗਾ।

ਦਿਲ 'ਚ ਜੋ ਸੱਦਰਾਂ ਨੇ ਉਹ ਪੂਰੀਆਂ ਕਰਕੇ ਰਹਿਣਾ,
ਬਾਹਰੋਂ ਤਾਂ ਖੁਸ਼ ਹਾਂ ਇੱਕ ਦਿਨ ਅੰਦਰੋਂ ਵੀ ਖੁਸ਼ ਹੋਕੇ ਰਹਿਣਾ।

ਵੇਖ ਕਿਵੇਂ ਹਉਕੇ ਭਰਦਾ ਏ...

ਵੇਖ ਕਿਵੇਂ ਹਉਕੇ ਭਰਦਾ ਏ,
ਆਵਦੇ ਤੋਂ ਉੱਚੇ ਨੂੰ ਵੇਖ।

ਵੇਖ ਕਿਵੇਂ ਆਵਦਾ ਕਾਲਜਾ ਸਾੜਦਾ ਏ,
ਦੂਸਰਿਆਂ ਦੀ ਤਰੱਕੀ ਵੇਖ।

ਬੰਦਿਆ... ਤੇਰਾ ਅੰਤ ਹੁਣ ਨੇੜੇ ਆ

ਬੜੇ ਪਾਪ ਕੀਤੇ ਨੇ ਤੂੰ
ਬੱਸ ਹੁਣ ਤੇਰਾ ਅੰਤ ਨੇੜੇ ਆ

ਹਰ ਇੱਕ ਨਾਲ ਮਾੜਾ ਕੀਤਾ ਤੂੰ,
ਹੁਣ ਤਾਂ ਵਾਰੀ ਤੇਰੀ ਆ।
ਇਸ ਵਾਰ ਕੁਦਰਤ ਨਾਲ ਵੈਰ ਕਮਾਇਆ ਤੂੰ,
ਬੱਸ ਹੁਣ ਕੁਦਰਤ ਨੇ ਠੱਲਣੀ ਹਨੇਰੀ ਆ।

ਤੂ ਵੀ ਤਾਂ ਬਾਹਲਾ ਚੌੜ ਹੋਇਆ ਪਿਆ ਸੀ।
ਮੰਨ ਤੇਰੇ 'ਚ ਬੱਸ ਕੌੜ ਹੋਇਆ ਪਿਆ ਸੀ।

ਜੇ ਤੇਰੇ ਕੋਲ ਕੋਈ ਲੋੜ ਪੈਣ ਤੇ ਆਵੇ ਤਾਂ,
ਤੂੰ ਕਿੱਥੇ ਬੌੜਦਾ ਏਂ।
ਹੁਣ ਤੇਰੀ ਵਾਰੀ ਆਈ ਤਾਂ,
ਰੱਬ ਅੱਗੇ ਹੱਥ ਜੋੜਦਾ ਏਂ।

ਤੇਰੇ ਦਿਲ 'ਚ ਭੋਰਾ ਵੀ ਤਰਸ ਨੀ ਸੀ,
ਤੂੰ ਜਿਉਂਦੇ ਜੀਵ ਮਾਰੇ।
ਹੁਣ ਭੋਗਣਾ ਪੈ ਗਿਆ ਤਾਂ,
ਕਹਿਣੈ ਰੱਬਾ ਅਸੀਂ ਹਾਰੇ।

ਇਹ ਤਾਂ ਤੂੰ ਸੁਣਿਆ ਹੀ ਆ,
ਜੋ ਬੀਜੇਂਗਾ ਉਹੀ ਵੱਡੇਂਗਾ।
ਹੁਣ ਇਹ ਦੱਸ ਜੋਬਨਾ, ਇਹ
ਮਹਾਂਮਾਰੀ ਦੇ ਦਲਦਲ ਚੋਂ ਖ਼ੁਦ ਨੂੰ ਕਿਵੇਂ ਕੱਢੇਂਗਾ।

ਇਹ ਕਿਹੋ ਜਿਹਾ ਸਮਾਂ ਆ ਗਿਆ!

ਬੰਦਾ ਅੰਦਰਾਂ 'ਚ ਵੜ ਕੇ ਬੈਠਾ,
ਇਸ ਕਰਕੇ ਕੁਦਰਤ ਨਿਖਰ ਰਹੀ ਏ।
ਆਪਣੀਆਂ ਆਵਦੀਆਂ ਹੀ ਗਲਤੀਆਂ ਕਰਕੇ,
ਇਨਸਾਨੀਅਤ ਬਿਖਰ ਰਹੀ ਏ।

ਸਮਾਂ ਤਾਂ ਤੂੰ ਆਪ ਮਾੜਾ ਲੈ ਆਇਆ ਏਂ,
ਪਰ ਹਾਲੇ ਵੀ ਮੌਕਾ ਆ ਆਜਾ ਮੁੜ ਕੇ।
ਦਿਲੋਂ ਸ਼ਰਮਿੰਦਾ ਹੋ ਤੇ ਮਾਫ਼ੀ ਮੰਗ ਰੱਬ ਕੋਲੋਂ,
ਨਹੀਂ ਤਾਂ ਜੋਬਨਾ ਤੂੰ ਜਾਵੇਂਗਾ ਰੁੜ ਕੇ।
ਨਹੀਂ ਤਾਂ ਜੋਬਨਾ ਤੂੰ ਜਾਵੇਂਗਾ ਰੁੜ ਕੇ।

ਮਾਫ਼ ਕਰੀਂ...

ਤੇਰੇ ਨਾਲ ਅੱਜ ਇਨਸਾਨੀਅਤ ਵੀ ਸੜ ਕੇ ਸਵਾ ਹੋ ਗਈ
ਹਿੱਕਾਂ ਸਾਰੀਆਂ ਦੇ ਪੱਥਰ ਵਹਾ ਗਈ

ਦੱਸ ਮੈਂ ਕਿਨੂੰ ਕੋਸਾਂ' ਬੰਦੇ ਨੂੰ
ਜਾਂ ਰੱਬ ਨੂੰ

ਤੈਨੂੰ ਵੀ ਤਾਂ ਰੱਬ ਨੇ ਹੀ ਬਣਾਇਆ
ਦੱਸ ਫਿਰ ਰੱਬਾ' ਇਹ ਦੁੱਖ
ਪ੍ਰਿਯੰਕਾ ਰੈਡੀ ਵਰਗੀਆਂ ਦੇ ਹੀ ਹਿੱਸੇ ਕਿਉਂ ਆਇਆ

ਉਂਞ ਤੂੰ ਕਹਿਨਾ ਫਿਰਦੈਂ ਮੈਂ ਹਰ ਇੱਕ ਦੇ ਨਾਲ ਹਾਂ
ਦੱਸ ਫਿਰ ਤੇਰਾ ਕਾਲਜਾ ਨੀ ਸੜਿਆ ਇਹ ਸਭ ਵੇਖ ਕੇ
ਜਾਂ ਤੇਰਾ ਨਾਂ ਵੀ ਓਹਨਾਂ ਦਰਿੰਦਿਆਂ ਦੇ ਨਾਲ ਆ

ਬੱਸ ਬਹੁਤ ਹੋ ਗਿਆ' ਰੱਬ ਤੋਂ ਆਸ ਛੱਡੀਏ
ਖ਼ੁੱਦ ਅੱਗੇ ਵਧੀਏ
ਨਿਆਂ ਤੱਕ ਗੱਲ ਹੀ ਨਾ ਪਹੁੰਚਣ ਦਈਏ
ਇਹਦਾ ਇਲਾਜ ਹੁਣ ਆਪਾਂ ਆਪ ਲੱਭੀਏ

ਰੱਬਾ ਤੇਰੇ ਤੋਂ ਮੈਂ...

ਰੱਬਾ ਤੇਰੇ ਤੋਂ ਮੈਂ,
ਕੁਝ ਉਧਾਰ ਮੰਗਦਾ।
ਉਹਦੇ ਤੇ ਮੇਰੇ,
ਕੁਝ ਪਲ ਮੰਗਦਾ।

ਮੋੜ ਦੇਵਾਂਗਾ ਤੈਨੂੰ,
ਸਭ ਵਿਆਜ ਸਮੇਤ।
ਭਾਵੇਂ ਕੱਟ ਲਵੀ ਤੂੰ,
ਮੇਰੀ ਜ਼ਿੰਦਗੀ 'ਚੋਂ ਦਿਨ ਅਨੇਕ।

ਮੰਗਾਂ ਨਾ ਤੇਰੇ ਤੋਂ,
ਸਾਰੀ ਜ਼ਿੰਦਗੀ।
ਬੱਸ ਕੁਝ ਪਲ ਦੇਦੇ,
ਜੋ ਭੁੱਲਣ ਨਾ ਸਾਰੀ ਜ਼ਿੰਦਗੀ।

ਰੱਬਾ ਤੇਰੇ ਤੋਂ ਮੈਂ,
ਕੁਝ ਉਧਾਰ ਮੰਗਦਾ।
ਉਹਦੇ ਤੇ ਮੇਰੇ,
ਕੁਝ ਪਲ ਮੰਗਦਾ।

ਕਿਤਾਬ ਦੇ ਵਾਂਗਰਾਂ ਹੋਵਾਂਗੇ...

ਕਿਤਾਬ ਦੇ ਵਾਂਗਰਾਂ ਹੋਵਾਂਗੇ,
ਪੜ੍ਹਨਾ ਹੋਇਆ ਤਾਂ ਦੱਸ ਦੇਵੀਂ।

ਗੱਲ ਤੇਰੇ ਭੋਲੇਪਨ ਦੀ,
ਕਰਦਾ ਨਾ ਮੂੰਹਾਂ ਦੀ,
ਫੁਰਸਤ ਮਿਲੇ ਸੁਨਣ ਦੀ,
ਤਾਂ ਦੱਸ ਦੇਵੀਂ।

ਗੱਲਾਂ ਸੁਣ-ਸੁਣ ਤੇਰੀਆਂ,
ਭੁੱਖ ਟੁੱਟਦੀ ਆ ਰੂਹਾਂ ਦੀ,
ਕਦੇ ਗੱਲ ਕਰਨੀ ਹੋਈ,
ਤਾਂ ਦੱਸ ਦੇਵੀਂ।

ਦਿਮਾਗ ਤੋਂ ਦਿਲ ਤੋਂ ਦਿਨ 'ਚ ਰਾਤ 'ਚ,
ਕੀ ਸੋਚਦਾ ਹਾਂ ਤੇਰੇ ਬਾਰੇ,
ਕਦੇ ਸੁਨਣਾ ਹੋਇਆ,
ਤਾਂ ਦੱਸ ਦੇਵੀਂ।

ਭੁਲਾਇਆਂ ਵੀ ਨੀ ਭੁੱਲਦੀ ਤੂੰ,
ਕਦੇ ਕਾਰਨ ਸੁਨਣਾ ਹੋਇਆ,
ਤਾਂ ਦੱਸ ਦੇਵੀਂ।

ਸਾਡੇ ਰੋਣਿਆਂ ਵਿੱਚ ਤੂੰ ਨਾ ਰੋਵੀਂ,
ਪਰ ਹਾਸਿਆਂ ਵਿੱਚ ਤੂੰ ਹੱਸ ਦੇਵੀਂ।
ਲਫ਼ਜ਼ਾਂ ਵਿੱਚ ਢਿੱਲ ਬਹੁਤ ਆ,
ਮੌਕਾ ਮਿਲੇ ਤਾਂ ਕੱਸ ਦੇਵੀਂ।

ਗੱਲਾਂ ਕਰਨ ਨੂੰ ਤਾਂ ਬਹੁਤ ਨੇ,
ਤੂੰ ਸਾਹਮਣੇ ਆ ਕੇ ਸਭ ਭੁਲਾ ਦੇਵੇਂ,
ਲਿਖਿਆ ਤਾਂ ਬਹੁਤ ਕੁਝ ਹੈ,
ਪੜ੍ਹਨਾ ਹੋਇਆ ਤਾਂ ਦੱਸ ਦੇਵੀਂ।

ਸਾਡੇ ਬਾਰੇ ਜਾਨਣ ਦੀ ਇੱਛਾ ਹੋਈ,
ਤਾਂ ਆ ਜਾਵੀਂ,
ਕਿਤਾਬ ਦੇ ਵਾਂਗਰਾਂ ਹੋਵਾਂਗੇ,
ਪੜ੍ਹਨਾ ਹੋਇਆ ਤਾਂ ਦੱਸ ਦੇਵੀਂ।

ਅੱਜ ਮੈਂ ਇੱਕ ਮੂਰਤ ਦੇਖੀ...

ਅੱਜ ਮੈਂ ਇੱਕ ਮੂਰਤ ਦੇਖੀ

ਚਿਹਰੇ ਤੇ ਉਹਦੇ ਸੂਰਤ ਨੀ ਸੀਰਤ ਦੇਖੀ

ਨਾ ਕੋਈ ਹਾਰ ਦੇਖਿਆ

ਨਾ ਸ਼ਿੰਗਾਰ ਦੇਖਿਆ

ਬੱਸ ਚਿਹਰੇ ਤੇ

ਫੁੱਲਾਂ ਜਿਹਾ ਨਿਖਾਰ ਦੇਖਿਆ

ਹੋਰਾਂ ਤੋਂ ਅਲੱਗ ਸੀ

ਤੇ ਭੀੜ ਤੋਂ ਵੱਖ ਸੀ

ਭੋਲੇਪਨ ਦੀ ਮਿਸਾਲ ਦੇਖੀ

ਤੇ ਖੁਸ਼ੀ ਚਿਹਰੇ ਤੇ ਵਾਂਗ

ਮੋਰਾਂ ਦੇ ਨੱਚਦੀ ਦੇਖੀ

ਜਾਪਿਆ ਜਿਵੇਂ ਕੋਈ ਪਾਕ ਪਵਿੱਤਰ ਰੂਹ ਹੋਵੇ

ਚਿਹਰੇ ਉਹਦੇ ਤੇ ਜਿਵੇਂ ਨੂਰ ਦਾ ਵਗਦਾ ਖੂਹ ਹੋਵੇ

ਇਸੇ ਕਰਕੇ ਅੱਜ ਮੇਰੀ ਅੱਖ ਪਰੇਸ਼ਾਨ ਏ

ਕਹਿੰਦੀ ਅੱਜ ਮੈਂ ਇੱਕ ਮੂਰਤ ਦੇਖੀ

ਚਿਹਰੇ ਤੇ ਉਹਦੇ ਸੂਰਤ ਨੀ ਸੀਰਤ ਦੇਖੀ

ਮੈਨੂੰ ਦੇਦੇ ਰੱਬਾ ਇਹ ਚੰਨ ਤੂੰ...

ਚੰਨ ਨੂੰ ਵੀ ਆਵਦੇ ਆ ਤੇ ਗਰੂਰ ਬੜਾ
ਦੇਖਿਆ ਨੀ ਉਹਨੇ ਮੈਨੂੰ ਲੱਗਦਾ ਚਿਹਰਾ ਤੇਰਾ
ਨਹੀ ਤਾਂ ਹੁੰਦਾ ਨਾ ਅਸਮਾਨੋਂ ਉਤਰਿਆ

ਤੇਰਾ ਹੋਣਾ ਮੇਰੀ ਕਿਸਮਤ 'ਚ ਕਿੱਥੇ
ਰੇਤ ਹੱਥ ਵਿੱਚ ਰੁਕਦੀ ਕਿੱਥੇ

ਨਾਂ ਲਿੱਤੇ ਬਿਨ੍ਹਾਂ ਤੇਰਾ ਮੈਨੂੰ ਸਾਹ ਕਿੱਥੋਂ ਆਵੇ
ਲਵਾਕੇ ਜਿੰਦਾ ਤੇਰੀਆਂ ਯਾਦਾਂ ਨੂੰ, ਮੇਰੇ ਤੋਂ ਸੁੱਤਾ ਕਿੱਥੇ ਜਾਵੇ

ਮੈਂ ਕੀ ਕਰਾਂ ਤੈਨੂੰ ਪਾਉਣ ਲਈ

ਬੜਾ ਕੁਛ ਸੋਚਿਆ ਸੀ ਤੇਰੇ ਬਾਰੇ
ਹੁਣ ਦੱਸ ਕਿਵੇਂ ਕਰਾਂਗਾ ਪੂਰਾ ਆਵਦਾ ਅਰਮਾਨ ਨੀ
ਤੱਕਣਾ ਤੈਨੂੰ ਹਰ ਰੋਜ਼ ਜੋ ਸੀ ਮੇਰਾ ਨੀ

ਮੋਰਨੀ ਵਾਂਗਰਾਂ ਤੇਰਾ ਤੁਰਨਾ ਨੀ
ਹਾਏ! ਮੇਰੇ ਕਾਲਜੇ ਤੇ ਕਰਦਾ ਵਾਰ ਨੀ
ਬੱਸ ਅੱਖਾਂ ਤੇਰੀਆਂ 'ਚ ਚਿਹਰਾ ਆਵਦਾ ਵੇਖਣਾ ਚਾਹੁਣਾ
ਤੇਰੇ ਨਾਮ ਪਿੱਛੇ ਆਵਦਾ ਨਾਮ ਵੇਖਣਾ ਚਾਹੁਣਾ

ਕੱਖਾਂ ਵਰਗਾ ਮੈਂ, ਲੱਖਾਂ ਵਰਗੀ ਤੂੰ
ਰੱਜ ਕੇ ਰੋਕੇ ਵੀ ਵੇਖ ਲਿਆ ਤੇਰੇ ਪਿੱਛੇ, ਚਲ
ਦਾਨ ਵਿੱਚ ਹੀ ਮੈਨੂੰ ਦੇਦੇ ਰੱਬਾ ਇਹ ਚੰਨ ਤੂੰ

ਦੋ ਪੰਜਾਬ...

ਮੈਂ ਜੰਮਿਆ ਉਸ ਪੰਜਾਬ 'ਚ ਸੀ...
ਜਿੱਥੇ ਰੱਬ ਵੱਸਦਾ ਸੀ,
ਜੋ ਗੁਰੂਆਂ ਦੀ ਧਰਤੀ ਸੀ,
ਜਿੱਥੇ ਵੱਡੇ-ਵੱਡੇ ਯੋਧਿਆਂ ਨੇ ਜਨਮ ਲਿੱਤਾ ਸੀ,
ਜਿੱਥੇ ਵਗਦੇ ਪੰਜ ਦਰਿਆ ਸੀ,
ਜਿੱਥੇ ਕਿਸਾਨ ਖ਼ੁਸ਼ਹਾਲ ਸੀ,
ਜਿੱਥੇ ਇੱਜ਼ਤਾਂ ਬੰਦ ਡੱਬੇ 'ਚ ਰਹਿੰਦੀਆਂ ਸੀ,
ਜਿੱਥੇ ਪੈਸਿਆਂ ਨੂੰ ਨੀ ਰਿਸ਼ਤੇ ਨੂੰ ਪਹਿਲ ਸੀ,
ਜਿੱਥੇ ਰੂਹਾਂ ਦੇ ਮੇਲ ਨੂੰ ਇਸ਼ਕ ਸਮਝਿਆ ਜਾਂਦਾ ਸੀ,

ਮੈਂ ਜੀ ਉਸ ਪੰਜਾਬ 'ਚ ਰਿਆਂ...
ਜਿੱਥੇ ਸ਼ੈਤਾਨ ਹੱਸ ਰਿਆ ਏ,
ਜੋ ਅੱਜ ਜਾਹਲੀ ਬਾਬਿਆਂ ਨਾਲ ਭਰਿਆ ਪਿਆ ਏ,
ਜਿੱਥੇ ਯੋਧੇ ਰੋਲੇ ਸਿਆਸਤ ਨੇ,
ਜਿੱਥੇ ਹੁਣ ਨਸ਼ਿਆਂ ਦਾ ਦਰਿਆ ਵਗਦਾ ਏ,
ਜਿੱਥੇ ਕਿਸਾਨ ਫਾਹਾ ਲੈਂਦਾ ਏ,
ਜਿੱਥੇ ਇੱਜ਼ਤਾਂ ਗਲੀਆਂ 'ਚ ਰੁਲਦੀਆਂ ਏ,
ਜਿੱਥੇ ਰਿਸ਼ਤੇ ਨੂੰ ਨੀ ਬੱਸ ਪੈਸੇ ਨੂੰ ਹੀ ਪਹਿਲ ਏ,
ਜਿੱਥੇ ਮਰਦ ਤੇ ਔਰਤ ਦੇ ਮੇਲ ਦਾ ਕਾਰਨ ਸਮਝਿਆਂ ਜਾਂਦਾ ਜਿਸਮ ਏ,

ਪਤਾ ਨੀ ਰੱਬਾ ਹੁਣ ਮੈਂ ਜਾਨ ਲੱਗਿਆਂ ਕਿਹੜਾ ਪੰਜਾਬ ਛੱਡ ਕੇ ਜਾਵਾਂਗਾ...
ਜੋ ਗੁਜ਼ਰ ਗਿਆ
ਜਾਂ
ਜੋ ਚੱਲ ਰਿਆ।

ਮੈਂ ਵਾਅਦਾ ਨੀ ਕਰਦਾ...

ਮੈਂ ਵਾਅਦਾ ਨੀ ਕਰਦਾ,
ਤੈਨੂੰ ਕਦੇ ਰੋਣ ਨੀ ਦਿੰਦਾ।
ਪਰ ਵਾਅਦਾ ਕਰਦਾਂ,
ਹਮੇਸ਼ਾ ਤੇਰੇ ਨਾਲ ਖੜਾਂਗਾ।

ਆਵਦੀ ਜ਼ਿੰਦਗੀ ਦੇ ਸਾਰੇ,
ਸੁੱਖ ਤੈਨੂੰ ਦੇ ਦਵਾ।
ਤੇਰੀ ਜ਼ਿੰਦਗੀ ਦੇ ਸਾਰੇ,
ਦੁੱਖ ਮੈਂ ਲੈ ਲਵਾਂ।
ਬੱਸ ਇਸੇ ਤਰਾਂ ਤੇਰਾ ਮੈਂ,
ਗੁਲਾਮ ਬਣ ਜਾਵਾਂ।

ਮੈਂ ਵਾਅਦਾ ਨੀ ਕਰਦਾ,
ਤੈਨੂੰ ਕਦੇ ਰੋਣ ਨੀ ਦਿੰਦਾ।
ਪਰ ਵਾਅਦਾ ਕਰਦਾਂ,
ਇਹ ਦੁਨੀਆਂ ਦੀ ਭੀੜ 'ਚ,
ਤੈਨੂੰ ਕਦੇ ਖੋਣ ਨੀ ਦਿੰਦਾ।

ਪੰਜ ਤੱਖਤ...

ਆਓ ਤੁਹਾਨੂੰ ਅੱਜ ਆਪਣੇ ਇਤਿਹਾਸ ਨਾਲ ਜਾਣੂ ਕਰਵਾਨਾਂ...
ਸਿੱਖੀ ਜਿੱਥੇ ਕਰਦੀ ਆ ਵਾਸ
ਪੰਜ ਤੱਖਤਾਂ ਨਾਲ ਜਾਣੂ ਕਰਵਾਨਾਂ,

ਸਭ ਤੋਂ ਪੁਰਾਣਾ ਤੱਖਤ ਪੰਜਾਂ ਚੋਂ,
ਹੈਗਾ ਵਿੱਚ ਅੰਬਰਸਰ ਦੇ,
ਜੁੜਿਆ ਨਾਲ ਹਰਿਮੰਦਰ ਸਾਹਿਬ ਦੇ,
ਨੀਵ ਰੱਖੀ ਗੁਰੂ ਹਰਗੋਬਿੰਦ ਜੀ ਨੇ,
ਜੋ ਸਿੱਖਾਂ ਦੇ ਪੰਜਵੇਂ ਗੁਰੂ ਨੇ,
ਨਿਆਂ ਦਾ ਜੋ ਪ੍ਰਤੀਕ ਆ,
ਮੌਕੇ ਖੁਸ਼ੀਆਂ ਦੇ ਹੁੰਦੇ ਜਿੱਥੇ ਇਕੱਠ ਆ,
ਸ਼੍ਰੀ ਅਕਾਲ ਤੱਖਤ ਸਾਹਿਬ ਨਾਂ ਨਾਲ ਮਸ਼ਹੂਰ ਆ।

ਵਸਿਆ ਜੋ ਅਨੰਦਪੁਰ ਸਾਹਿਬ ਆ,
ਜਿੱਥੇ ਵਾਸ ਸੀ ਅਖੀਰਲੇ ਦੋ ਗੁਰੂਆਂ ਦਾ,
ਕਲਗੀਧਰ ਨੇ ਜਿੱਥੇ ਸਾਨੂੰ ਪਹਿਚਾਣ ਦਿੱਤੀ,
ਜੰਮਿਆ ਜਿੱਥੇ ਖਾਲਸਾ ਆ,
ਵਿਰਾਸਤ ਏ ਖਾਲਸਾ ਏਥੇ ਇੱਕ ਤਰਾਂ ਦਾ ਅਜੂਬਾ,
ਬਿਆਨ ਕਰਦਾ ਜੋ ਸਿੱਖੀ ਇਤਿਹਾਸ ਆ,
ਕਹਿੰਦੇ ਜਿਹਨੂੰ ਤੱਖਤ ਸ਼੍ਰੀ ਕੇਸਗੜ੍ਹ ਸਾਹਿਬ ਆ।

ਬਣਿਆ ਵਿੱਚ ਤਲਵੰਡੀ ਸਾਬੋ ਆ,
ਦਸ਼ਮ ਪਿਤਾ ਜੱਥੇ ਸਾਲ ਰਹੇ ਆ,
ਅੰਤਮ ਸੰਕਲਨ ਹੋਇਆ ਜਿੱਥੇ ਗੁਰੂ ਗ੍ਰੰਥ ਸਾਹਿਬ ਜੀ ਦਾ ਆ,
ਨਾਂ ਇਹਦਾ ਤੱਖਤ ਸ਼੍ਰੀ ਦਮਦਮਾ ਸਾਹਿਬ ਆ।

ਮਾਂ ਗੁਜਰੀ ਦਾ ਲਾਲ ਜਦੋਂ ਧਰਤੀ ਤੇ ਆਇਆ,
ਪਟਨਾ ਸਾਹਿਬ ਵਿੱਚ ਬਿਹਾਰ ਖੁਸ਼ੀਆਂ ਨਾਲ ਰੁਸ਼ਣਾਇਆ,
ਸੁਨਰ ਟੋਲੀ ਬਜ਼ਾਰ ਪਵਿੱਤਰ ਹੋਇਆ ਬਾਬੇ ਨਾਨਕ ਦੇ ਚਰਨਾ ਨਾਲ,
ਜਾਨਿਆ ਜਾਂਦਾ ਅੱਜ ਜੋ ਸ਼੍ਰੀ ਸੁਨਰ ਟੋਲੀ ਸਾਹਿਬ ਨਾਂ ਦੇ ਨਾਲ,
ਸਾਲਸ ਰਾਏ ਜੌਹਰੀ ਦੇ ਘਰ ਆਵਦੇ ਚਰਨ ਨਿਵਾਜੇ ਸੀ,
ਸਮੇਂ ਬਾਅਦ ਜਿੱਥੇ ਕਲਗੀਆਂ ਵਾਲੇ ਜੰਮੇ ਸੀ,
ਤੱਖਤ ਸ਼੍ਰੀ ਪਟਨਾ ਸਾਹਿਬ ਉਹਦਾ ਨਾਂ ਸੀ।

ਬਾਜਾਂ ਵਾਲੇ ਦਾ ਪੱਕਾ ਨਿਵਾਸ ਸੀ ਓ,
ਨੰਦੇੜ ਸਾਹਿਬ ਗੋਦਾਵਰੀ ਦੇ ਕੰਡੇ ਸਥਿੱਤ ਜੋ,
ਆਪਣੇ ਸਰੀਰ ਨੂੰ ਸਰਵ ਵਿਆਪਕ ਨਾਲ ਅਭੇਦ ਕਰਨ ਲਈ ਛੱਡ ਦਿੱਤਾ
ਅੰਮ੍ਰਿਤ ਦੇ ਦਾਤੇ ਨੇ ਜਿੱਥੇ,
ਕਹਿੰਦੇ ਜਿਹਨੂੰ ਸ਼੍ਰੀ ਹਜ਼ੂਰ ਅਬਚਲ ਨਗਰ ਸੱਚਖੰਡ ਗੁਰਦਵਾਰਾ ਏਥੇ,
ਗੁਰਦਵਾਰਾ ਸਾਹਿਬ ਅੰਦਰ ਬਣਿਆ ਅੰਗੀਠਾ ਸਾਹਿਬ ਉਥੇ,
ਸੰਸਕਾਰ ਹੋਇਆ ਗੁਰੂ ਗੋਬਿੰਦ ਸਿੰਘ ਜੀ ਦਾ ਜਿੱਥੇ,
ਜਾਣ ਸ਼ਰਧਾਲੂ ਉਥੇ ਤੱਖਤ ਸ਼੍ਰੀ ਹੁਜ਼ੂਰ ਸਾਹਿਬ ਜਿੱਥੇ।

ਬਸੰਤ ਰੁੱਤ...

"ਆਇਆ ਬਸੰਤ ਪਾਲਾ ਉਡੰਤ"

ਰੁੱਤ ਦੇ ਛੇ ਪੁੱਤ
ਸਭ ਤੋਂ ਪਸੰਦੀਦਾ ਬਸੰਤ ਰੁੱਤ
ਆ ਗਿਆ ਏ ਮੌਸਮ
ਖੁਸ਼ੀਆਂ ਤੇ ਬਹਾਰਾਂ ਦਾ
ਠੰਡ ਦੇ ਜਾਣ ਦਾ ਕੇ
ਗਰਮੀ ਦੇ ਆਣ ਦਾ
ਹਵਾ ਵਿੱਚ ਚਹਿਕਦੀਆਂ ਨੇ ਚਿੜੀਆਂ
ਦਰੱਖ਼ਤਾਂ ਤੇ ਮਹਿਕਦੀਆਂ ਨੇ ਕਲੀਆਂ
ਅਸਮਾਨ ਪਿਆ ਰੰਗੀਨ ਮੋਤੀ-ਏ-ਪਤੰਗਾਂ ਨਾਲ ਢਕਿਆ
ਸਾਰੇ ਪਾਸੇ ਹੀ ਇਨ੍ਹਾਂ ਨੇ ਆਵਦਾ ਦਬਕਾ ਰੱਖਿਆ
ਕਈ ਇਸ ਤੋਂ ਖੁਸ਼ ਆ
ਤੇ ਕਈ ਇਸ ਤੋਂ ਦੁਖੀ ਵੀ ਆ
ਇਹ ਮੋਤੀ ਸਿੰਗਾਰ ਦਾ ਕਾਰਣ ਜਰੂਰ ਨੇ
ਪਰ ਇਹ ਬੇਜ਼ਬਾਨ ਚਿੜੀਆਂ ਦੇ ਲਹੂ ਦਾ ਕਾਰਣ ਵੀ ਬਣੇ ਨੇ

ਪਛਤਾਵਾ...

"ਮੈਂ ਜਦੋਂ ਵੀ ਪਛਤਾਇਆਂ ਚੁੱਪ ਰਹਿਣ ਤੇ ਨੀ ਬੋਲਣ ਤੇ ਪਛਤਾਇਆਂ।"
ਗੁੱਸੇ 'ਚ ਆਪਾਂ ਅਕਸਰ ਬੇਕਾਬੂ ਹੋ ਜਾਨੇ ਆਂ, ਗੁੱਸਾ ਕਈਆਂ ਦੇ ਘਰ ਉਜਾੜ ਦਿੰਦਾ। ਇਸ ਲਈ ਚੰਗਾ ਆਹੀ ਆ ਕਿ ਗੁੱਸੇ 'ਚ ਚੁੱਪ ਹੀ ਰਿਆ ਕਰੋ।

ਮੈਂ ਪੰਜਾਬ ਬੋਲਦਾਂ...

ਮੈਂ ਪੰਜਾਬ ਬੋਲਦਾਂ
ਇੱਕ ਦੁਖੀ ਨਵਾਬ ਬੋਲਦਾਂ
ਨਵਾਬ ਕੀ, ਇੱਕ ਫਕੀਰ ਆ
ਗਰੀਬ ਜਿਹਦੇ ਨਸੀਬ ਆ
ਸੱਤਰ ਤੋਂ ਉੱਤੇ ਦਾ ਹੋ ਗਿਆਂ ਮੈਂ
ਜੰਮਦਿਆਂ ਹੀ ਬਹੁਤ ਕੁਛ ਖੋਹ ਲਿਆ ਮੈਂ
ਭਾਈ ਮੇਰਾ, ਸਿਰਨਾਵਾਂ ਮੇਰਾ
ਮੈਂਥੋਂ ਵੱਖ ਹੋ ਗਿਆ
ਉਹਦੇ ਬਿਨ੍ਹਾਂ ਮੈਂ ਤਾਂ
ਬੱਸ ਕੱਖ ਹੋ ਗਿਆ
ਚੜ੍ਹਦਾ ਮੈਨੂੰ, ਕਹਿੰਦੇ ਲਹਿੰਦਾ ਉਹਨੂੰ
ਕਈ ਵਰ੍ਹੇ ਹੋ ਗਏ ਮਿਲਿਆਂ ਨੂੰ
ਪਤਾ ਨਹੀ ਕਿਵੇਂ ਦਾ ਹੋਵੇਗਾ
ਇੱਕ ਦਿਨ ਗਲ਼ ਲੱਗ
ਹਾਲ ਪੁੱਛਣਾ ਉਹਨੂੰ
ਮਰਿਆਂ ਤੋਂ ਵੀ ਵੱਧ ਹੋ ਗਏ ਸਾਡੇ
ਕੀ ਹਾਲ ਸੁਣਾਵਾਂ ਆਵਦੇ
ਉਹਨੂੰ ਅੱਤਵਾਦ ਖਾ ਗਿਆ
ਮੈਨੂੰ ਨਸ਼ਾ ਖਾ ਗਿਆ
ਉਹਨੂੰ ਭੁੱਖ ਨੇ ਮਾਰ ਤਾ

ਮੈਨੂੰ ਸਿਆਸਤਦਾਨਾ ਨੇ ਉਜਾੜਤਾ
ਸਾਨੂੰ ਇੱਕ ਦੂਜੇ ਦਾ
ਕੋਈ ਹਾਲ ਹੀ ਸੁਣਾ ਦੋ
ਉਹਦਾ ਭਰਾ ਯਾਦ ਕਰਦਾ
ਕੋਈ ਉਹਨੂੰ ਮੇਰਾ ਸੁਨੇਹਾ ਹੀ ਦੇ ਦੋ

ਮੈਂ ਹਾਰ ਜਾਨਾਂ...

ਕਦੇ-ਕਦੇ ਮੈਂ ਹਾਰ ਜਾਨਾਂ,
ਬੱਸ ਸੋਚਦਾ ਹਾਂ,
ਜੋ ਕਰਮਾਂ 'ਚ ਨਹੀ,
ਉਹਨੂੰ ਕਿਵੇਂ ਪਾਰ ਲਾਵਾਂ।

ਦਿਲ ਮੇਰਾ ਵੀ ਤਰਸ ਖਾ ਕੇ,
ਕਹਿ ਦਿੰਦਾ,
ਛੱਡ ਜੋਬਨਾ ਉਹ ਜ਼ਿੰਦਗੀ ਜੀ,
ਜਿਹੜੀ ਉਹਦੇ ਆਉਣ ਤੋਂ ਪਹਿਲਾਂ ਸੀ।

ਭੁਲਾਉਣ ਦੀ ਕੋਸ਼ਿਸ਼ ਤਾਂ ਬੜੀ ਕਰਦਾਂ,
ਪਰ ਉਹ ਰੂਹ ਵਾਂਗਰਾਂ ਵੱਸ ਗਈ ਆ ਸੀਨੇ 'ਚ,
ਇਸੇ ਕਰਕੇ ਕਦੇ-ਕਦੇ ਮੈਂ ਹਾਰ ਜਾਨਾਂ,
ਦੁੱਖ ਆਵਦੇ ਨੂੰ ਸਹਾਰ ਜਾਨਾਂ।

ਬੰਦਿਆ ਤੂੰ ਕਰਜ਼ਦਾਰ ਏਂ

ਬੰਦਿਆ ਤੂੰ ਕਰਜ਼ਦਾਰ ਏਂ
ਰੱਬ ਦੀ ਦਿੱਤੀ ਜ਼ਿੰਦਗੀ ਦਾ
ਇਹ ਫਲ ਆ ਤੇਰੀ ਕੀਤੀ ਬੰਦਗੀ ਦਾ।
ਇਹਨੂੰ ਦੂਜਿਆਂ ਨਾਲ,
ਈਰਖਾ ਕਰਕੇ ਨਾ ਲੰਘਾਂ,
ਚੰਗੇ ਕਰਮ ਕਰਕੇ ਹੰਡਾ।

ਇਹ ਨਾ ਸੋਚੀਂ,
ਰੱਬ ਕੁਛ ਜਾਣਦਾ ਨਹੀ।
ਤੇਰੇ ਮਾੜੇ ਕਰਮਾਂ ਨੂੰ ਉਹਦੇ ਅੱਗੇ,
ਕੋਈ ਬਿਆਨ ਕਰਦਾ ਨਹੀ।

ਤੇਰੇ ਨਾਮ ਦੀ ਵਹੀ ਤੇ,
ਸਭ ਕੁਛ ਦਰਜ ਹੋ ਰਿਆ।
ਚੰਗਾ ਕਰ ਜਾਂ ਮਾੜਾ ਕਰ,
ਸਭ ਤੇਰੇ ਨਾਂ ਤੇ ਕਰਜ਼ ਹੋ ਰਿਆ।

ਮੈਂ ਤੇ ਮੇਰਾ ਭਾਈ...

ਨਿੱਕਾ ਮੈਂ ਤੇ ਉਹ ਮੇਰਾ ਵੱਡਾ ਭਾਈ
ਇੱਕ ਦੂਜੇ ਦੇ ਪਿਆਰ ਵਿੱਚ ਅਸੀਂ ਦੋਵੇਂ ਸ਼ੁਦਾਈ
ਬਚਪਨ ਦੇ ਉਹ ਦਿਨ ਵੀ ਬੜੇ ਹਸੀਨ ਸੀ
ਇਕੱਠਿਆਂ ਸਕੂਲ ਜਾਣਾ, ਇਕੱਠਿਆਂ ਖੇਡਣਾ
ਸੱਚੀ ਉਹ ਜ਼ਿੰਦਗੀ ਬੜੀ ਰੰਗੀਨ ਸੀ
ਇੱਕ ਦੂਜੇ ਬਿਨ੍ਹਾਂ ਰੋਟੀ ਨਾ ਖਾਣਾ
ਲੜਨਾ ਦੋਨਾਂ ਨੇ
ਕਿ ਪਹਿਲਾਂ ਮੈਂ ਨਹਾਉਣਾ ਪਹਿਲਾਂ ਮੈਂ ਨਹਾਉਣਾ
ਕਿ ਦੂਜੇ ਨਾਲ ਅਸੀਂ ਬਾਹਲਾ ਮੋਹ ਕਰਦੇ ਆਂ
ਚਾਰ ਕੁ ਦਿਨਾਂ ਲਈ ਜੇ ਇੱਕ ਦੂਰ ਹੋਵੇ ਤਾਂ
ਬੱਸ ਅੰਦਰੋਂ ਅੰਦਰ ਹੀ ਰੋ ਲੈਨੇ ਆਂ
ਹਾਂ ਇਹ ਵੀ ਨਹੀ ਕਿ ਅਸੀ ਲੜਦੇ ਨੀ
ਕਈ ਵਾਰ ਲੜਦੇ ਵੀ ਆਂ
ਆਵਦੀ-ਆਵਦੀ ਜਿਦ ਪੁਗਾਉਣ ਲਈ
ਕਈ ਵਾਰ ਅੜਦੇ ਵੀ ਆਂ
ਜਾਣ ਤਾਂ ਉਹ ਮੇਰੇ ਤੇ ਬਾਹਲੀ ਛਿੜਕਦਾ ਆ
ਨਿੱਕਾ ਆਂ ਨਾ ਮੈਂ
ਇਸ ਲਈ ਮੇਰੀਆਂ ਗਲਤੀਆਂ ਤੇ ਕਈ ਵਾਰ ਝਿੜਕਦਾ ਵੀ ਆ
ਮੈਂ ਵੀ ਬੜਾ ਸਿਆਣਾ ਹਾਂ
ਨਿੱਕੇ ਹੋਣ ਦਾ ਫ਼ਾਇਦਾ ਚੁੱਕ

ਆਵਦੀ ਗੱਲ
ਮਨਾ ਲੈਂਦਾ ਹਾਂ
ਬੱਸ ਇਸੇ ਤਰ੍ਹਾਂ ਰੱਬਾ ਸਾਡੇ 'ਚ
ਪਿਆਰ ਰੱਖੀਂ ਬਣਾਈ
ਹਰ ਉਮਰੇ ਉਹਨੂੰ ਵੱਡਾ
ਤੇ ਜੋਬਨ ਨੂੰ ਛੋਟਾ ਭਾਈ ਬਣਾਈ

ਮੈਂ ਬੰਦਾ ਮਾੜਾ ਹਾਂ...

ਮੇਰਾ ਨਾਉ ਜੋਬਨ ਆ,
ਮੇਰੇ ਦਿਲ ਤੇ,
ਕਾਲਾ ਰੋਗਣ ਆ।
ਮੈਂ ਬੰਦਾ ਮਾੜਾ ਹਾਂ,
ਦੂਜਿਆਂ ਨੂੰ ਵੇਖ,
ਕਰਦਾ ਸਾੜਾ ਹਾਂ।
ਮੇਰੇ ਤੋਂ ਦੂਰ ਰਿਆ ਕਰੋ,
ਮੈਂ ਬੋਲ ਮਾੜੇ ਬੋਲਦਾ ਹਾਂ।
ਮੈਨੂੰ ਛੱਡ ਸਾਰੇ ਮਾੜੇ ਨੇ,
ਮੈਂ ਆਵਦੇ ਹਿਸਾਬ ਨਾਲ,
ਸਭ ਨੂੰ ਤੋਲਦਾ ਹਾਂ।
ਮੇਰੇ 'ਚ ਆਕੜ ਵੀ ਬਹੁਤ ਆ,
ਮੈਂ ਜਲਦੀ ਕਿਸੇ ਨੂੰ,
ਨਾ ਬੁਲਾਉਂਦਾ ਹਾਂ।
ਜੇ ਕੋਈ ਰੁੱਸੇ,
ਮੈਂ ਉਹਨੂੰ ਨਾ ਮਨਾਉਂਦਾ ਹਾਂ।
ਕਿਸੇ ਨੂੰ ਵਸਦੇ ਵੇਖ,
ਮੈਨੂੰ ਹੁੰਦਾ ਦੁੱਖ ਆ।
ਉਜੜਿਆਂ ਨੂੰ ਵੇਖ,
ਮੈਨੂੰ ਹੁੰਦਾ ਸੁੱਖ ਆ।

ਮੈਨੂੰ ਫੁੱਲ ਨਾ ਦਿਉ,
ਮੈਂ ਕੰਡਿਆਂ ਦੇ ਲਾਇਕ ਹਾਂ।
ਮੇਰੇ 'ਚ ਸ਼ਰਾਫ਼ਤ ਭੋਰਾ ਨੀ ਆ,
ਮੈਂ ਇੱਕ ਮਾੜੀ ਕਹਾਣੀ ਦਾ ਨਾਇਕ ਹਾਂ।
ਮੈਨੂੰ ਹੀਰਿਆਂ 'ਚ ਨਾ ਚਿਣੋ,
ਮੈਂ ਬੜੇ ਮਾੜੇ ਕਰਮ ਕੀਤੇ ਨੇ,
ਮੈਨੂੰ ਚੰਗਿਆਂ 'ਚ ਨਾ ਗਿਣੋ।
ਮੈਨੂੰ ਪਿਆਰ ਨਾ ਕਰੋ,
ਮੈਂ ਈਰਖਾ ਦੇ ਲਾਇਕ ਹਾਂ।
ਮੈਨੂੰ ਮਾਰ ਮੁਕਾਉ,
ਇਨਸਾਨੀਅਤ ਮੇਰੇ 'ਚ ਕੱਖ ਵੀ ਨੀ,
ਇਸੇ ਕਰਕੇ ਜਿਉਣ ਦਾ ਮੈਨੂੰ ਹੱਕ ਵੀ ਨੀ।

ਸਵਾਲ ਜਵਾਬ...

ਕਹਿੰਦੀ...ਇੱਕ ਤਸਵੀਰ ਦੇਖ ਕੇ,
ਕੋਈ ਕਿਸੇ ਤੇ ਐਨਾ ਕਿਵੇਂ ਡੁੱਲ ਸਕਦਾ।
ਆਪਣਾ ਆਪ,
ਕੋਈ ਕਿਵੇਂ ਭੁੱਲ ਸਕਦਾ।
ਮੈਂ ਕਿਹਾ...ਤੇਰੀ ਤਸਵੀਰ ਮੇਰੇ ਨਾਲ ਬੋਲਦੀ ਆ,
ਤੇਰੇ ਬਾਰੇ ਅਕਸਰ ਮੇਰੇ ਨਾਲ ਗੱਲਾਂ ਖੋਲਦੀ ਆ,

ਕਹਿੰਦੀ...ਇੱਕ ਤਸਵੀਰ ਦੇਖ ਕੇ,
ਕੋਈ ਕਿਸੇ ਨਾਲ ਐਨਾ ਪਿਆਰ ਕਿਵੇਂ ਕਰ ਸਕਦਾ।
ਕਿ ਆਪਣਾ ਆਪ ਸਭ,
ਉਹਦੇ ਤੋਂ ਹਾਰ ਸਕਦਾ।
ਮੈਂ ਕਿਹਾ...ਪਿਆਰ ਜਿਸਮਾਨੀ ਨੀ,
ਰੂਹਾਨੀ ਆ ਮੇਰਾ।
ਤੈਨੂੰ ਇਹ ਸਿਰਫ ਤਸਵੀਰ ਦਿਸਦੀ,
ਮੈਨੂੰ ਤਾਂ ਸਾਰਾ ਜਹਾਨ ਦਿਸਦਾ ਮੇਰਾ।

ਕਹਿੰਦੀ...ਮੈਂ ਤੇਰੀਆਂ ਗੱਲਾਂ ਨੂੰ,
ਸੱਚ ਕਿਵੇਂ ਮੰਨ ਲਵਾਂ।
ਦੱਸ ਕੀ ਸੋਚ ਕੇ,
ਤੇਰੇ ਨਾਲ ਗੱਲਾਂ ਕਰ ਲਵਾਂ।
ਮੈਂ ਕਿਹਾ...ਹਰ ਇੱਕ ਕੰਮ ਲਈ,

ਸ਼ੁਰੂਆਤ ਤਾਂ ਕਰਨੀ ਪੈਂਦੀ ਆ।
ਤੂੰ ਗੱਲ ਕਰ, ਮੈਂ ਤੈਨੂੰ ਚੰਗਾ ਲੱਗਾਂਗਾ।
ਹੌਲੀ-ਹੌਲੀ ਆਪੇ ਤੇਰੀ ਆਦਤ ਬਣ ਜਾਵਾਂਗਾ।

ਕਹਿੰਦੀ...ਜੇ ਤੂੰ ਬੰਦਾ ਸਹੀ ਨਾ ਨਿਕਲਿਆ,
ਜਾਂ ਮੈਨੂੰ ਚੰਗਾ ਨਾ ਲੱਗਿਆ,
ਦੱਸ ਫਿਰ ਤੂੰ ਮੈਨੂੰ ਜਾਣ ਦੇਵੇਂਗਾ?
ਆਵਦੇ ਦਿਲ ਚੋਂ ਨਿਕਲਣ ਦਾ ਰਾਹ ਦੇਵੇਂਗਾ?
ਮੈਂ ਕਿਹਾ...ਨਾ ਮੈਂ ਚੰਗਾ, ਨਾ ਮੈਂ ਸਿਆਣਾ।
ਜਿਹਦੀ ਜਿਵੇਂ ਦੀ ਸੋਚ, ਉਹਨੇ ਉਵੇਂ ਦਾ ਜਾਣਿਆ।
ਇਹ ਤਾਂ ਹੋ ਨੀ ਸਕਦਾ ਕਿ
ਮੈਂ ਤੈਨੂੰ ਚੰਗਾ ਨਾ ਲੱਗਾਂ।
ਜੇ ਫਿਰ ਵੀ ਨਾ ਚੰਗਾ ਲੱਗਿਆ
ਬੇਸ਼ੱਕ ਮੈਨੂੰ ਛੱਡ ਕੇ ਤੁਰ ਜਾਵੀਂ,
ਜਿਹੜੇ ਰਾਹੋਂ ਆਵੇਂਗੀ, ਤੈਨੂੰ ਇਜਾਜ਼ਤ ਆ
ਜਦੋਂ ਮਰਜ਼ੀ ਵਾਪਿਸ ਮੁੜ ਜਾਵੀਂ।

ਕਹਿੰਦੀ...ਇਹ ਵੀ ਤਾਂ ਹੋ ਸਕਦਾ
ਤੂੰ ਮੈਨੂੰ ਹੀ ਗਲਤ ਸਮਝੇਂ,
ਕਿਸੇ ਅਣ-ਪਛਾਤੇ ਨਾਲ ਗੱਲਾਂ ਕਰਨ ਲੱਗੀਂ ਆਂ,
ਕੀ ਪਤਾ ਤੂੰ ਮੈਨੂੰ ਹੀ ਮਾੜਾ ਸਮਝੇਂ।
ਮੈਂ ਕਿਹਾ...ਮੈਂ ਤਾਂ ਤੈਨੂੰ ਪਹਿਲਾਂ ਹੀ ਸਮਝ ਲਿਆ ਸੀ।
ਜਦੋਂ ਤੇਰੀ ਅੱਖ ਨੂੰ ਪੜ੍ਹ ਲਿਆ ਸੀ।

ਮੈਂ ਤੇਰੇ ਪਹਿਰਾਵੇ ਤੇ ਜਿਸਮ ਤੇ ਨੀ ਗਿਆ
ਤੇਰੀ ਅੱਖ ਚੋਂ ਲਾਜ, ਸ਼ਰਮ ਤੇ ਸਾਦਗੀ ਨੂੰ
ਮੈਂ ਪਹਿਲਾਂ ਹੀ ਲੱਭ ਲਿਆ ਸੀ।

ਹੁਣ ਮੈਂ ਕਹਿਣਾ...
ਇੱਕ ਮੌਕਾ ਦੇ ਕੇ ਤਾਂ ਵੇਖ
ਮੇਰਾ ਹੱਥ ਫੜ੍ਹ ਕੇ ਤਾਂ ਵੇਖ
ਇੱਕ ਵਾਰ ਅਜ਼ਮਾ ਕੇ ਤਾਂ ਵੇਖ
ਹਰ ਵਕਤ ਮੈਨੂੰ ਆਵਦੇ ਨਾਲ ਪਾਵੇਂਗੀ
ਦੁੱਖਾਂ ਵੇਲੇ ਹਮੇਸ਼ਾ ਮੈਨੂੰ ਆਵਦੇ ਅੱਗੇ ਪਾਵੇਂਗੀ

ਮੈਂ ਕਹਿਣਾ...
ਜਦੋਂ ਮੈਂ ਬੁੱਢਾ ਹੋ ਕੇ ਹਸਪਤਾਲ ਦੇ ਬੈਡ ਤੇ ਲੰਮੇ ਪਿਆ ਹੋਵਾਂਗਾ, ਮੈਂ ਚਾਹੁੰਦਾ ਜਦੋਂ ਮੈਂ ਅੱਖਾਂ ਬੰਦ ਕਰਨ ਵਾਲਾ ਹੋਵਾਂ ਤਾਂ ਤੂੰ ਮੇਰੇ ਕੋਲ ਬੈਠੀ ਹੋਵੇਂ ਹੋਰ ਕੋਈ ਵੀ ਨੀ ਤੇ ਤੇਰਾ ਹੱਥ ਮੇਰੇ ਹੱਥ 'ਚ ਹੋਵੇ।

ਮੈਂ ਕਹਿਣਾ...
ਹੁਣ ਦੱਸ ਤੂੰ ਕੀ ਕਵੇਂਗੀ?
ਮੇਰੇ ਇਸ ਗੱਲ ਦਾ ਕੀ ਜਵਾਬ ਦੇਵੇਂਗੀ?

ਉਹਦੇ ਨਾਲ ਚਾਹ...

ਕੱਲ ਪਹਿਲੀ ਵਾਰ ਉਹਦੇ ਨਾਲ ਬਹਿਕੇ ਚਾਹ ਪੀਤੀ
ਗੱਲਾਂ-ਗੱਲਾਂ 'ਚ ਇੱਕ ਗੱਲ ਤੁਰ ਪਈ
ਉਹਨੇ ਪੁੱਛਿਆ ਤੂੰ ਸਭ ਤੋਂ ਜ਼ਿਆਦਾ ਮੁਹੱਬਤ ਕਿਸਨੂੰ ਕਰਦੈਂ
ਮੈਂ ਉਹਨੂੰ ਵੇਖਣ 'ਚ ਐਨਾ ਮਸ਼ਰੂਫ ਸੀ
ਕਿ ਉਹਦਾ ਨਾਂ ਲੈਣਾ ਹੀ ਭੁੱਲ ਗਿਆ

ਉਹਦਾ ਨਾਮ ਲੈਣਾ...

ਉਹਦਾ ਨਾਮ ਲੈਣਾ ਵੀ
ਮੇਰੇ ਲਈ ਪਾਪ ਹੋ ਗਿਆ
ਜਦੋਂ ਦਾ ਉਹਦੇ ਦਿਲ ਚੋਂ
ਮੇਰਾ ਨਾਮ ਸਾਫ਼ ਹੋ ਗਿਆ
ਉਹਨੇ ਬੇਕਦਰਾ ਕੀ ਕੀਤਾ
ਉਹਦੇ ਨਾਲ ਰਹਿਣ ਦਾ ਮੇਰਾ ਸੁਫਨਾ
ਹੀ ਰਾਖ ਹੋ ਗਿਆ

ਦਿਲ ਉਦਾਸ ਏ...

ਦਿਲ ਉਦਾਸ ਏ,
ਬਾਕੀ ਤਾਂ ਸਭ ਖੈਰ ਏ।
ਅੰਦਰ ਇੱਕ ਅੱਗ ਏ,
ਜੋ ਤੇਰੇ ਧੋਖੇ ਨੇ ਲਾਈ ਏ,
ਬਾਕੀ ਤਾਂ ਸਭ ਖੈਰ ਏ।

ਇੱਕ ਆਸ ਇਕੱਠੇ ਰਹਿਣ ਦੀ,
ਤੂੰ ਕਦੇ ਪੂਰੀ ਨਾ ਕੀਤੀ,
ਬਾਕੀ ਤਾਂ ਸਭ ਖੈਰ ਏ।

ਇੱਕ ਫ਼ਰਿਆਦ ਏ ਰੱਬ ਕੋਲੋਂ,
ਪਰ ਕਦੇ ਕੀਤੀ ਨਾ ਗਈ,
ਬਾਕੀ ਤਾਂ ਸਭ ਖੈਰ ਏ।

ਕਈ ਵਾਰ ਤੇਰੇ ਪਿੱਛੇ ਮੈਂ,
ਕਾਤਿਲ ਬਣਿਆਂ ਆਵਦੇ ਸ਼ਬਦਾਂ ਦਾ,
ਬਾਕੀ ਤਾਂ ਸਭ ਖੈਰ ਏ।

ਜੀ ਕੇ ਵੀ ਮਰ ਰਿਆਂ
ਬਾਕੀ ਤਾਂ ਸਭ ਖੈਰ ਏ।

ਤੇਰੀਆਂ ਕਮੀਆਂ...

ਤੇਰੀਆਂ ਕਮੀਆਂ ਖਲਦੀਆਂ ਨੇ
ਮੇਰੇ ਸੀਨੇ ਅੱਗਾਂ ਬਲਦੀਆਂ ਨੇ
ਕੀ ਕਰੀਏ ਵਿਛੜਨਾ ਵੀ ਜ਼ਰੂਰੀ ਏ
ਕੁਝ ਬੰਦਿਸ਼ਾਂ ਜੋ ਨਾਲ ਰਲ ਗਈਆਂ ਨੇ

ਮੈਂ ਕਾਤਿਲ ਹਾਂ...

ਮੈਂ ਕਾਤਿਲ ਹਾਂ ਆਵਦੇ ਸ਼ਬਦਾਂ ਦਾ
ਜਿਨ੍ਹਾਂ ਨੂੰ ਮੈਂ ਜੰਮਣ ਤੋਂ ਪਹਿਲਾਂ ਹੀ ਮਾਰ ਦਿੱਤਾ
ਮੈਂ ਹੱਕਦਾਰ ਹਾਂ ਸਜ਼ਾ ਦਾ

ਦੁਨੀਆਂ ਤੇ ਲੱਖ ਝਮੇਲੇ...

ਆ ਦੁਨੀਆਂ ਤੇ ਲੱਖ ਝਮੇਲੇ
ਬੰਦਾ ਰੱਬ ਨੂੰ ਵੀ ਕੱਢੇ ਡੇਲੇ
ਖੁਦਗਰਜ਼ਾਂ ਦੇ ਨੇ ਇਥੇ ਮੇਲੇ
ਲੋਕ ਦਿਲਾਂ ਨਾਲ ਵੀ ਖੇਲੇ
ਪੁੱਤ ਮਾਂ ਨੂੰ ਵੀ ਮਾੜਾ ਬੋਲੇ
ਜੋਬਨ ਹੁਣ ਕੀ-ਕੀ ਰਾਜ਼ ਖੋਲੇ
ਜ਼ਿੰਦਗੀ ਦਿੱਤੀ
ਇਸ ਤੋਂ ਵੱਧ ਰੱਬ ਤੈਨੂੰ ਕੀ ਦੇ ਲੇ
ਫਿਰ ਵੀ ਝੋਲੀ ਹੋਰ ਖਲੇਰੇਂ
ਹੋਰ ਦੱਸ ਰੱਬ ਕੀ-ਕੀ ਝੇਲੇ
ਆ ਦੁਨੀਆਂ ਤੇ ਤਾਂ ਲੱਖ ਝਮੇਲੇ

ਤਕਦੀਰਾਂ...

ਤਕਦੀਰਾਂ ਐਵੇਂ ਨੀ ਬਣਦੀਆਂ ਜੋਬਨਾ
ਮਿਹਨਤ ਦੀ ਭੱਠੀ 'ਚ ਆਵਦੇ ਆਪ ਨੂੰ ਬਾਲਣਾ ਪੈਂਦਾ

ਵਿਕਾਊ ਜ਼ਮੀਰ...

ਗੱਲ ਜ਼ਮੀਰ ਦੀ ਆ
ਜੋ ਤੇਰੇ ਵਰਗਿਆਂ ਦਾ ਥਾਂ-ਥਾਂ ਤੇ ਵਿਕ ਜਾਂਦਾ

ਸੱਚ ਬੋਲ ਕੇ...

ਜੇ ਤੈਨੂੰ ਲਗਦਾ ਕਿ ਤੂੰ ਸੱਚ ਬੋਲ ਕੇ ਕਿਸੇ ਦਾ ਦਿਲ ਜਿੱਤ ਲਵੇਂਗਾ ਤਾਂ ਮੇਰੀ ਇੱਕ ਗੱਲ ਸੁਣ ਲਾ ਤੂੰ ਧੋਖੇ ਦਾ ਸ਼ਿਕਾਰ ਹੋਣ ਵਾਲਾ ਏਂ

ਤੇਰੀ ਖੁਸ਼ਬੂ...

ਜਿਹੜੇ ਰਾਹ ਤੋਂ ਤੂੰ ਇੱਕ ਵਾਰ ਲੰਘੀ ਸੀ
ਮੈਨੂੰ ਉਸ ਮਿੱਟੀ ਚੋਂ ਅੱਜ ਵੀ ਤੇਰੀ ਖੁਸ਼ਬੂ ਆਉਂਦੀ ਆ

ਜਿਹੜੇ ਮੈਨੂੰ ਪਸੰਦ ਨੀ ਕਰਦੇ...

ਜਿਹੜੇ ਮੈਨੂੰ ਪਸੰਦ ਨੀ ਕਰਦੇ
ਉਹਨਾਂ ਦਾ ਦਿਲੋਂ ਧੰਨਵਾਦ
ਤੂਸੀ ਮੇਰੀ ਉਹ ਪਉੜੀ ਓ ਜੋ ਮੈਨੂੰ
ਅੱਗੇ ਵਧਣ ਲਈ ਮਦਦ ਕਰਦੀ ਆ

ਉਹਦੀ ਅਵਾਜ਼...

ਉਹਦੀ ਅਵਾਜ਼ ਸੁਣ ਕੇ ਮੈਂ ਅਕਸਰ ਉਹਦੇ ਤੇ ਡੁੱਲ ਜਾਨਾ
ਉਹ ਮੈਨੂੰ ਪਸੰਦ ਨੀ ਕਰਦੀ ਮੈਂ ਅਕਸਰ ਇਹ ਭੁੱਲ ਜਾਨਾ

ਉਹਨਾਂ ਦੇ ਨਸੀਬ...

ਉਹਨਾਂ ਦੇ ਨਸੀਬ ਕਿਨੇ ਖਰੇ ਨੇ
ਜਿਨ੍ਹਾਂ ਦੇ ਦਿਲ ਨਿੱਤ ਤੇਰੇ ਦਰਸ਼ਨਾਂ ਨਾਲ ਭਰੇ ਨੇ

ਜ਼ਿੰਦਗੀ ਬੜੀ ਅਜੀਬ ਆ...

ਜ਼ਿੰਦਗੀ ਬੜੀ ਅਜੀਬ ਆ
ਇਹੋ ਜਿਹੇ ਖੇਲ ਖੇਡਦੀ ਏ
ਕਿ ਖ਼ਾਮੋਸ਼ ਕਰ ਜਾਂਦੀ ਆ

ਕੀ ਮਾੜਾ ਲੱਗਿਆ...

ਦੱਸ ਸਾਡੇ 'ਚ ਇਹੋ ਜਿਹਾ ਤੈਨੂੰ ਕੀ ਮਾੜਾ ਲੱਗਿਆ
ਜੋ ਸਾਡਾ ਪਿਆਰ ਤੈਨੂੰ ਸ਼ਹਿਦ ਨੀ ਕਾੜਾ ਲੱਗਿਆ

ਤੇਰੇ ਖਤ...

ਤੇਰੇ ਖਤ ਪੜ੍ਹ ਅੱਜ ਵੀ ਰੋਂਦਾ ਹਾਂ
ਤੇਰੀ ਫੋਟੋ ਸਿਰਹਾਣੇ ਰੱਖ ਅੱਜ ਵੀ ਸੌਂਦਾ ਹਾਂ

ਤੁਹਾਡਾ ਫਾਇਦਾ...

ਜੇ ਤੁਹਾਡਾ ਕੋਈ ਫਾਇਦਾ ਚੁੱਕ ਕੇ ਅੱਗੇ ਵੱਧ ਰਿਆ ਆ ਤਾਂ ਤੁਹਾਨੂੰ ਗੁੱਸੇ ਨੀ ਸਗੋਂ ਖੁਸ਼ ਹੋਣਾ ਚਾਹੀਦਾ, ਤੁਸੀਂ ਬਹੁਤ ਹੀ ਖੁਸ਼ਨਸੀਬ ਹੋ, ਕਿਉਂਕਿ ਉਸ ਇਨਸਾਨ ਨੂੰ ਅੱਗੇ ਵਧਣ ਲਈ ਤੁਹਾਡੀ ਪਿੱਠ ਤੇ ਪੈਰ ਧਰ ਕੇ ਅੱਗੇ ਜਾਣਾ ਪਿਆ, ਜੇ ਤੁਸੀਂ ਨਾ ਹੁੰਦੇ ਤਾਂ ਉਹ ਇਨਸਾਨ ਅੱਜ ਉਸ ਮੁਕਾਮ ਤੇ ਨਾ ਹੁੰਦਾ ਜਿੱਥੇ ਅੱਜ ਉਹ ਹੈਗਾ।

ਇਸ ਕਰਕੇ ਆਵਦੇ ਆਪ ਨੂੰ ਖੁਸ਼ਨਸੀਬ ਸਮਝੋ ਕਿ ਤੁਸੀਂ ਕਿਸੇ ਦੇ ਕੰਮ ਆਏ ਕਿਉਂਕਿ ਉਹ ਤੁਹਾਡਾ ਮੁਹਤਾਜ ਸੀ ਤੇ ਤੁਸੀਂ ਉਹਨੂੰ ਸਫਲ ਹੋਣ 'ਚ ਮਦਦ ਕੀਤੀ।

ਆਸ਼ਕੀ ਮਿਜ਼ਾਜ...

ਲੋਕ ਕਹਿੰਦੇ ਹਨ ਕਿ ਇਸ਼ਕ ਕਰਨ ਵਾਲੇ ਇਨਸਾਨ ਚੰਗੇ ਨੀ ਹੁੰਦੇ

ਪਰ ਫਿਰ ਵੀ ਮੈਂ ਕਹਿੰਦਾਂ
ਹਾਂ ਮੈਂ ਹੈਗਾ ਆਸ਼ਕੀ ਮਿਜ਼ਾਜ ਬੰਦਾ
ਮੈਨੂੰ ਹਰ ਉਸ ਚੀਜ਼ ਨਾਲ ਇਸ਼ਕ ਹੋ ਜਾਂਦਾ ਜੋ ਮੈਨੂੰ ਮੋਹ ਲਵੇ

ਜਦੋਂ ਮੈਂ ਰੁੱਖਾਂ ਦੀ ਛਾਵੇਂ ਬਹਿਣਾ ਤਾਂ ਇਹ ਮੇਰੇ ਤੇ ਪੱਤਿਆਂ ਦੀ ਵਰਖਾ ਕਰ
ਦਿੰਦੇ ਨੇ ਤੇ ਮੈਨੂੰ ਇਹਨਾਂ ਨਾਲ ਇਸ਼ਕ ਹੋ ਜਾਂਦਾ।

ਜਦੋਂ ਇੱਕ ਚਿੜੀ ਨੂੰ ਆਪਣੇ ਬੱਚਿਆਂ ਦੇ ਮੂੰਹ ਵਿੱਚ ਬੁਰਕੀਆਂ ਪਾਉਂਦੇ ਵੇਖਦਾ
ਤਾਂ ਮੈਨੂੰ ਇਸ ਮਾਂ ਦੀ ਮਮਤਾ ਨਾਲ ਇਸ਼ਕ ਹੋ ਜਾਂਦਾ।

ਜਦੋਂ ਗਲਹਿਰੀਆਂ ਇੱਕ ਦੂਜੇ ਪਿੱਛੇ ਬੇਫਿਕਰੀਆਂ ਘੁੰਮਦੀਆਂ ਨੇ ਤਾਂ ਇਸ
ਬੇਫਿਕਰੀ ਨਾਲ ਮੈਨੂੰ ਇਸ਼ਕ ਹੋ ਜਾਂਦਾ।

ਜਦੋਂ ਮੈਂ ਪੀਹੜੀ ਤੇ ਬਹਿਕੇ ਆਵਦੀ ਬੁੱਢੀ ਬੇਬੇ ਤੋਂ ਸਿਰ ਤੇ ਤੇਲ ਲਵਾਨਾਂ ਤਾਂ
ਉਹਦੇ ਨਾਲ ਮੈਨੂੰ ਇਸ਼ਕ ਹੋ ਜਾਂਦਾ।

ਜਦੋਂ ਮੇਰੀ ਬਿਮਾਰੀ 'ਚ ਮਾਂ ਮੇਰੇ ਸਿਰਹਾਣੇ ਬਹਿ ਕੇ ਮੇਰਾ ਧਿਆਨ ਰੱਖਦੀ ਹੈ
ਤਾਂ ਉਹਦੇ ਵੱਲ ਵੇਖ ਕੇ ਮੈਨੂੰ ਉਹਦੇ ਨਾਲ ਇਸ਼ਕ ਹੋ ਜਾਂਦਾ।

ਜਦੋਂ ਮੇਰਾ ਬਾਪੂ ਮੈਨੂੰ ਝਿੜਕਦਾ ਏ ਤੇ ਫਿਰ ਅੰਦਰੋਂ ਅੰਦਰ ਹੀ ਅਫ਼ਸੋਸ ਕਰਦਾ ਤਾਂ ਉਹਦਾ ਚਿਹਰਾ ਦੇਖ ਮੈਨੂੰ ਉਹਦੇ ਨਾਲ ਇਸ਼ਕ ਹੋ ਜਾਂਦਾ।

ਜਦੋਂ ਮੇਰੀ ਭੈਣ ਮੇਰੇ ਹੱਥ ਤੇ ਰੱਖੜੀ ਬੰਨਦੀ ਆ ਤਾਂ ਰੱਖੜੀ ਵੱਲ ਵੇਖਦਿਆਂ ਹੀ ਮੈਨੂੰ ਉਹਦੇ ਨਾਲ ਇਸ਼ਕ ਹੋ ਜਾਂਦਾ।

ਜਦੋਂ ਮੇਰਾ ਭਾਈ ਮੇਰੀ ਆਵਦੇ ਨਾਲੋਂ ਵੀ ਵੱਧ ਫਿਕਰ ਕਰਦਾ ਤਾਂ ਮੈਨੂੰ ਉਹਦੇ ਨਾਲ ਇਸ਼ਕ ਹੋ ਜਾਂਦਾ।

ਜੇ ਤੁਹਾਡਾ ਇਹ ਸੋਚਣਾ ਆ ਕਿ ਆਸ਼ਕੀ ਮਿਜ਼ਾਜ ਵਾਲੇ ਇਨਸਾਨ ਚੰਗੇ ਨਹੀ ਹੁੰਦੇ ਤਾਂ ਫਿਰ ਵੀ ਕੋਈ ਗੱਲ ਨੀ...ਮੈਂ ਮਾੜਾ ਇਨਸਾਨ ਹੀ ਚੰਗਾ ਹਾਂ।

ਸਵੇਰ ਹੋਵੇ ਚਾਹੇ ਸ਼ਾਮ ਹੋਵੇ...

ਸਵੇਰ ਹੋਵੇ ਚਾਹੇ ਸ਼ਾਮ ਹੋਵੇ
ਹਰ ਵੇਲੇ ਤੇਰੀ ਇਬਾਦਤ ਕਰਾਂਗਾ
ਜਿਉਂਦਾ ਹੋਵਾਂ ਚਾਹੇ ਮਰਿਆ ਹੋਵਾਂ
ਹਰ ਵੇਲੇ ਤੇਰੇ ਨਾਲ ਖੜਾਂਗਾ

ਮੇਰੀ ਖ਼ਾਮੀ...

ਸਮਝ ਨੀ ਲਗਦੀ ਮੈਨੂੰ
ਐਵੇਂ ਕਿਉਂ ਹੁੰਦਾ
ਜਦੋਂ ਤੇਰੀ ਯਾਦ ਆਉਂਦੀ
ਅੱਖਾਂ ਮੇਰੀਆਂ 'ਚ ਪਾਣੀ ਕਿਉ ਹੁੰਦਾ

ਕੋਸ਼ਿਸ਼ ਤਾਂ ਮੈਂ ਵੀ ਕਰਦਾਂ
ਕਿ ਤੈਨੂੰ ਭੁੱਲਾ ਦੇਵਾਂ
ਜੋ ਤੇਰੇ ਨਾਲ ਖ਼ਵਾਬ ਸਜਾਏ ਸੀ
ਸਭ ਪੰਛੀਆਂ ਵਾਂਗ ਉਡਾ ਦੇਵਾਂ

ਪਰ ਇਹਨਾਂ ਅੱਖਾਂ ਨੂੰ ਕੌਣ ਸਮਝਾਵੇ
ਜੋ ਇਹ ਅੱਜ ਵੀ
ਤੇਰੇ ਆਉਣ ਦੀ ਉਡੀਕ 'ਚ
ਤੇਰਾ ਰਾਹ ਤੱਕਦੀਆਂ ਰਹਿੰਦੀਆਂ ਨੇ

ਮੈਂ ਚਾਅ ਕੇ ਵੀ
ਤੈਨੂੰ ਭੁਲਾ ਨਹੀ ਸਕਦਾ
ਪਤਾ ਨੀ ਖ਼ੂਬੀ ਤੇਰੇ 'ਚ ਆ
ਕਿ ਖ਼ਾਮੀ ਮੇਰੇ 'ਚ ਆ

ਅੱਖਾਂ ਪੜ੍ਹ ਲਵੀਂ...

ਗੱਲ ਬੱਸ ਏਨੀ ਕੁ ਆ...
ਸਮਝਾਣਾ ਮੈਨੂੰ ਵੀ ਨੀ ਆਉਣਾ
ਤੇ ਸਮਝ ਤੈਨੂੰ ਵੀ ਨੀ ਆਉਣਾ
ਬੱਸ ਹੋ ਸਕੇ ਤਾਂ ਅੱਖਾਂ ਤੋਂ ਹੀ ਪੜ੍ਹ ਲਵੀਂ
ਕਿੰਨੀ ਮੁਹੱਬਤ ਆ ਤੇਰੇ ਨਾਲ ਦੇਖ ਲਵੀਂ

ਰੱਬਾ ਤੇਰੀ ਗਲਤੀ...

ਰੱਬਾ ਕੋਈ ਨਾ ਕੋਈ ਗਲਤੀ ਤੇਰੀ ਵੀ ਆ
ਤੂੰ ਮੰਨ ਜਾਂ ਨਾ ਮੰਨ
ਕੋਈ ਗਲਤੀ ਤਾਂ ਤੇਰੇ ਤੋਂ ਹੋਈ ਜ਼ਰੂਰ ਆ
ਨਹੀ ਤਾਂ ਗੁਰੂਘਰ ਜਾ ਕੇ
ਕੌਣ ਐਵੇਂ ਕਰਦਾ
ਬਹਿਕੇ ਦਰਬਾਰ 'ਚ
ਚੁੱਪ ਬੰਦਾ ਕਿੱਥੇ ਰਹਿੰਦਾ
ਮੰਦਰ, ਮਸੀਤਾਂ, ਗੁਰਦੁਆਰਿਆਂ ਦੇ ਨਾਂ ਤੇ
ਬੰਦਾ ਫਿਰਦਾ ਪੈਸੇ ਠੱਗਦਾ
ਜਾ ਕੇ ਗੁਰੂਘਰ ਕੁੜੀਆਂ ਤੇ ਅੱਖ ਨੇ ਮਾੜੀ ਰੱਖਦੇ
ਸੇਵਾ ਦੇ ਨਾਂ ਤੇ ਕਿਉ ਨੇ ਲੋਕ ਸ਼ੋਸ਼ੇ ਕਰਦੇ
ਪਤਾ ਨੀ ਰੱਬਾ ਕੀ ਹੋ ਗਿਆ ਸਭ ਨੂੰ, ਚਿੱਟਾ ਲਹੂ ਹੋਇਆ ਪਿਆ
ਤੇਰੇ ਘਰ ਜਾ ਕੇ ਵੀ ਮਤਲਬ ਦੀਆਂ ਪੌੜੀਆਂ ਚੜ੍ਹਦੇ ਨੇ
ਆਵਦੇ ਹਿੱਸੇ ਸੁੱਖ ਭਾਲਣ
ਦੂਜਿਆਂ ਲਈ ਦੁੱਖ ਮੰਗਦੇ ਨੇ

ਜਾਂਦੀ-ਜਾਂਦੀ...

ਜਾਂਦੀ-ਜਾਂਦੀ ਇੱਕ ਵਾਰ ਹੱਸ ਕੇ ਤਾਂ ਵਖਾ ਜਾਂਦੀ,
ਨਹੀ ਰਹਿਣਾ ਸੀ ਮੇਰੇ ਨਾਲ ਚੱਲ ਨਾ ਰਹਿੰਦੀ,
ਪਰ ਐਵੇਂ ਜਾਂਦੀ ਜਾਂਦੀ ਠੁੱਡਾ ਤਾਂ ਨਾ ਮਾਰਦੀ।

ਬੜੇ ਖ਼ਵਾਬ ਸਜਾਏ ਸੀ ਨਾਲ ਤੇਰੇ,
ਤੂੰ ਸਭ ਆਵਦੇ ਪੈਰਾਂ ਥੱਲੇ ਰੋਲ ਤੇ,
ਤੈਨੂੰ ਨਹੀ ਲੱਗੀ ਸਮਝ ਮੇਰੀ ਚੱਲ ਠੀਕ ਸੀ,
ਪਰ ਇੱਕ ਮੌਕਾ ਤਾਂ ਦੇ ਜਾਂਦੀ।

ਤੈਨੂੰ ਲੱਗਦਾ ਮੈਂ ਫਰੇਬੀ ਹਾਂ,
ਜਾਂ ਡਰਦੀ ਏਂ ਏਨੀ ਮੁਹੱਬਤ ਕੋਈ ਕਿਸੇ ਨਾਲ ਕਿਵੇਂ ਕਰ ਸਕਦਾ,
ਚੱਲ ਤੈਨੂੰ ਮੈਂ ਫਰੇਬੀ ਲੱਗਿਆ ਜਾਂ ਤੂੰ ਡਰਦੀ ਸੀ,
ਪਰ ਇੱਕ ਵਾਰ ਗੱਲ ਤਾਂ ਕਰਦੀ ਐਵੇਂ ਬਿਨ ਕਹੇ ਤਾਂ ਨਾ ਜਾਂਦੀ।

ਪਤਾ ਨੀ ਕੀ ਸੋਚਿਆ ਸੀ ਤੂੰ,
ਜੋ ਏਨੀ ਮੁਹੱਬਤ ਕੀਤੀ ਤੇਰੇ ਨਾਲ ਤੈਨੂੰ ਸਮਝ ਨਾ ਆਈ,
ਚੱਲ ਤੂੰ ਨਹੀ ਲੱਗਣਾ ਸੀ ਲੜ ਮੇਰੇ ਨਾ ਲੱਗਦੀ,
ਪਰ ਜੋ ਯਾਦਾਂ ਨੇ ਤੇਰੀਆਂ ਮੇਰੇ ਕੋਲ ਉਹ ਵੀ ਤਾਂ ਲੈ ਜਾਂਦੀ।

ਤੈਨੂੰ ਨੀ ਪਤਾ ਕਿ ਤੇਰੀ ਖੁਸ਼ੀ ਲਈ ਮੈਂ ਤੈਨੂੰ ਤੱਕ ਛੱਡ ਸਕਦਾਂ,
ਪਰ ਤੈਨੂੰ ਆਵਦੇ ਦਿਲੋਂ ਨੀ ਕੱਢ ਸਕਦਾ,

ਤੂੰ ਮੇਰੇ ਨਾਲ ਗੱਲ ਨਹੀ ਕਰਨੀ ਸੀ ਚੱਲ ਨਾ ਕਰਦੀ,
ਪਰ ਇੱਕ ਵਾਰ ਕੁਝ ਕਹਿ ਕੇ ਤਾਂ ਜਾਂਦੀ।

ਮੇਰੇ ਲਈ ਤਾਂ ਤੂੰ ਸਭ ਕੁਝ ਸੀ,
ਸਾਰਾ ਜਹਾਨ ਬੱਸ ਤੂੰ ਹੀ ਸੀ,
ਚੱਲ ਤੂੰ ਜਾਣਾ ਸੀ ਤਾਂ ਉਹ ਤੇਰੀ ਮਰਜ਼ੀ ਸੀ,
ਪਰ ਇੱਕ ਵਾਰ ਕੋਲੇ ਬਹਿਕੇ ਸਭ ਨਬੇੜ ਤਾਂ ਜਾਂਦੀ।

ਜਾ ਖੁਸ਼ੀ ਤੇਰੀ ਲਈ ਤੈਨੂੰ ਛੱਡ ਤਾ,
ਹੁਣ ਨੀ ਤੈਨੂੰ ਇਹ ਚਿਹਰਾ ਦਿਸਦਾ,
ਪਰ ਯਾਦ ਰੱਖੀਂ ਇੱਕ ਗੱਲ,
ਉਡੀਕਦਾ ਰਹਾਂਗਾ ਤੈਨੂੰ ਹਰ ਪਲ।
ਉਡੀਕਦਾ ਰਹਾਂਗਾ ਤੈਨੂੰ ਹਰ ਪਲ।

ਦੋਬਾਰਾ ਫਿਰ...

ਅੱਜ ਦੋਬਾਰਾ ਫਿਰ ਮੈਂ ਤੈਨੂੰ ਯਾਦ ਕਰ ਰਿਹਾਂ
ਕਿਵੇਂ ਦੱਸਾਂ ਤੈਨੂੰ ਕਿਉਂ ਕਰ ਰਿਹਾਂ

ਤੂੰ ਹੀ ਦੱਸ ਤੇਰੇ ਤੋਂ ਮਾਫ਼ੀ ਕਿਵੇਂ ਮੰਗਾਂ
ਜੇ ਮੈਂ ਗਲਤ ਕੀਤਾ ਆ, ਤਾਂ ਦੱਸ ਭੁਗਤਾਨ ਕਿਵੇਂ ਕਰਾਂ

ਮੈਨੂੰ ਪਤਾ, ਕਿਸੇ ਜਗ੍ਹਾ ਤਾਂ ਮੈਂ ਵੀ ਗਲਤ ਸੀ
ਮੈਂ ਮਾਫ਼ੀ ਮੰਗਣ ਦੀ ਕੋਸ਼ਿਸ਼ ਵੀ ਕੀਤੀ ਸੀ

ਅੱਜ ਦੋਬਾਰਾ ਮੈਂ ਫਿਰ ਮਾਫ਼ੀ ਮੰਗਣਾ ਚਾਹੁੰਦਾਂ
ਪੁਰਾਣਾ ਰਿਸ਼ਤਾ ਮੈਂ ਫਿਰ ਬਣਾਉਣਾ ਚਹੁੰਦਾਂ

ਐਨਾ ਮਾੜਾ ਤਾਂ ਮੈਂ ਕੀਤਾ ਵੀ ਨਹੀ ਸੀ
ਬੱਸ ਇੱਕ ਗਲਤੀ ਕੀਤੀ, ਤੈਨੂੰ ਸਭ ਸੱਚ ਦੱਸਿਆ ਸੀ

ਕੀ ਕਰਾਂ ਮੇਰੇ ਤੋਂ ਕੁਝ ਲਕੋਇਆ ਨਾ ਗਿਆ
ਲਕੋਣ ਦੀ ਕੋਸ਼ਿਸ਼ ਵੀ ਕੀਤੀ ਸੀ, ਪਰ ਕਾਮਯਾਬ ਨਾ ਹੋਇਆ

ਬੱਸ ਹੁਣ ਇੱਕ ਮੌਕੇ ਦੀ ਜ਼ਰੂਰਤ ਆ ਮੈਨੂੰ
ਪੱਕਾ ਦੋਬਾਰਾ ਨਰਾਜ਼ ਨੀ ਹੋਣ ਦਿੰਦਾ ਤੈਨੂੰ

ਭਾਵੇਂ ਮੈਨੂੰ ਲੱਖ ਝਿੜਕਾਂ ਦੇ ਲਾ ਤੂੰ
ਪਰ ਮੁੜ ਕੇ ਆ ਜਾ ਤੂੰ
ਮੁੜ ਕੇ ਆ ਜਾ ਤੂੰ...

ਕੁਝ ਕਰ ਐਸਾ...

ਕਰ ਕੁਝ ਐਸਾ ਬੰਦਿਆ ਕਿ,
ਰਹਿੰਦੀ ਉਮਰੇ ਲੋਕ ਤੇਨੂੰ,
ਪਿਆਰ-ਏ-ਬੇਸ਼ੁਮਾਰ ਕਰਨ।
ਤੇ ਸਿਵਿਆਂ ਤੋਂ ਬਾਦ ਤੇਨੂੰ,
ਯਾਦ-ਏ-ਖ਼ੁਮਾਰ ਕਰਨ।

ਨਾ ਝੂਰ-ਝੂਰ ਮਰਿਆ ਕਰ...

ਦੂਸਰਿਆਂ ਨੂੰ ਵੇਖ ਕੇ
ਆ ਨੀ ਮੇਰੇ ਕੋਲ ਹੈਗਾ
ਉਹ ਨੀ ਮੇਰੇ ਕੋਲ ਹੈਗਾ
ਐਵੇਂ ਨਾ ਝੂਰ-ਝੂਰ ਮਰਿਆ ਕਰ

ਕਦੇ ਸੋਚਿਆ ਈ ਇਹ
ਜੋ ਹੈਗਾ ਤੇਰੇ ਕੋਲ
ਜੇ ਅੱਜ ਉਹ ਵੀ ਨਾ ਹੁੰਦਾ
ਤਾਂ ਉਸ ਮੁਰਸ਼ਦ ਦਾ ਤੂੰ ਕੀ ਕਰ ਲੈਂਦਾ
ਐਵੇਂ ਨਾ ਆਵਦਾ ਆਪ ਤੂੰ ਡੋਲਿਆ ਕਰ

ਰੱਬ ਨੇ ਕਦੇ ਕਿਸੇ ਨਾਲ ਮਾੜਾ ਨੀ ਕੀਤਾ
ਜੋ ਜਿੰਨੇ ਜੋਗਾ ਸੀ ਉਹਨੂੰ ਉਸ ਤੋਂ ਵੀ ਵੱਧ ਦਿੱਤਾ
ਤੂੰ ਮੈਨੂੰ ਇਹ ਦੱਸ
ਕਦੇ ਬਿਨ੍ਹਾਂ ਮਤਲਬ ਤੋਂ ਉਹਨੂੰ ਯਾਦ ਕੀਤਾ
ਜੋ ਅੱਜ ਤੇਰੇ ਕੋਲ ਹੈਗਾ
ਉਹਦੇ ਲਈ ਉਹਦਾ ਸੁਕਰਾਨਾ ਕੀਤਾ

ਜਿਸ ਦਿਨ ਤੂੰ ਇਸ ਮਤਲਬ ਦੀ ਭੀੜ
ਚੋਂ ਨਿਕਲ ਆਵੇਂਗਾ
ਤੇ ਆਵਦਾ ਆਪ ਸਵਾਰ ਲਵੇਂਗਾ
ਉਸ ਦਿਨ ਤੂੰ ਉਹ ਵੀ ਪਾ ਲਵੇਂਗਾ
ਜਿਹਦੇ ਲਈ ਤੂੰ ਝੂਰ-ਝੂਰ ਮਰ ਰਹਿਆਂ
ਜਿਹਦੇ ਲਈ ਤੂੰ ਝੂਰ-ਝੂਰ ਮਰ ਰਹਿਆਂ

ਕੀ ਪਤਾ...

ਕੀ ਪਤਾ ਕਿਸੇ ਹੋਰ ਵਕਤ
ਕਿਸੇ ਹੋਰ ਜਗ੍ਹਾ
ਜਾਂ ਕਿਸੇ ਹੋਰ ਜਨਮ
ਉਹ ਮੈਨੂੰ ਉਹ ਕਹੇਗੀ
ਜੋ ਮੈਂ ਅੱਜ ਸੁਣਣ ਲਈ ਤਰਸ ਰਿਹਾਂ

ਸੁਫ਼ਨਿਆਂ ਦਾ ਸ਼ਹਿਰ...

ਮੈਨੂੰ ਸੁਫ਼ਨਿਆਂ ਦਾ ਸ਼ਹਿਰ ਪਸੰਦ ਆ
ਕਿਉਂਕਿ ਉਹਦੇ 'ਚ ਤੂੰ ਸਿਰਫ ਮੇਰੀ ਹੋਵੇਂਗੀ

ਇਹ ਕਲਯੁਗ ਆ...

ਇਹ ਕਲਯੁਗ ਆ ਮੇਰੇ ਦੋਸਤ
ਇਥੇ ਰੂਹਾਨੀ ਮੁਹੱਬਤ ਕਰਨ ਆਲੇ
ਮੈਂ ਅਕਸਰ
ਸੋਹਣਿਆਂ ਚਿਹਰੇ ਅੱਗੇ ਹਾਰੇ ਦੇਖੇ

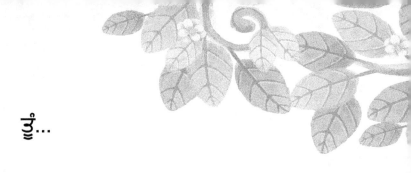

ਤੂੰ...

ਕੱਲ ਵੀ ਤੂੰ ਸੀ,
ਅੱਜ ਵੀ ਤੂੰ ਏਂ
ਤੇ...
ਕੱਲ ਨੂੰ ਵੀ ਤੂੰ ਹੀ ਹੋਵੇਂਗੀ।

ਸੋਹਣੇ-ਸੋਹਣੇ ਚਿਹਰੇ...

ਆ ਸੋਹਣੇ-ਸੋਹਣੇ ਚਿਹਰੇ ਵੇਖ
ਸੋਹਣਿਆਂ ਚਿਹਰਿਆਂ ਪਿੱਛੇ
ਰੰਗ ਕਾਲੇ ਤਾਂ ਵੇਖ
ਤੈਨੂੰ ਕੀ ਲਗਦਾ
ਜੋ ਤੇਰੇ ਨੇੜੇ ਨੇ
ਉਹ ਸਭ ਤੇਰੇ ਨੇ
ਬੱਸ ਆਹੀ ਤਾਂ ਵਹਿਮ ਆ
ਜਿਹਨੇ ਤੈਨੂੰ ਘੇਰਿਆ ਆ
ਚੰਗੇ ਮਾੜੇ ਦਿਨ ਵੇਖ
ਐਵੇਂ ਡੋਲੀਂ ਨਾ
ਇਹ ਤਾਂ ਇਥੇ ਹੀ ਕੱਟਣੇ ਆ
ਇਹੀ ਤਾਂ ਨੇ ਲੇਖ

ਛੱਡ ਦੇ ਘੁੱਟ-ਘੁੱਟ ਕੇ ਜਿਉਣਾ...

ਉਹ ਮਨ ਮੇਰਿਆ ਛੱਡ ਦੇ ਘੁੱਟ-ਘੁੱਟ ਕੇ ਜਿਉਣਾ
ਛੱਡ ਦੇ ਫਿਕਰਾਂ ਨੂੰ
ਦੁੱਖ ਸੁੱਖ ਵੀ ਜ਼ਰੂਰੀ ਨੇ
ਨਹੀ ਤਾਂ ਐਵੇਂ ਰੱਬ ਨੂੰ ਕੌਣ ਯਾਦ ਕਰਦਾ ਏ
ਬਣ ਪੰਛੀ ਉੱਡ ਅਰਮਾਨਾਂ 'ਚ
ਇਹ ਜਿੰਦ ਬੜੀ ਮਹਿੰਗੀ ਏ

ਜੋ ਲਿਖਿਆ ਆ
ਉਹ ਤਾਂ ਹੋਣਾ ਹੀ ਆ
ਜੇ ਤੈਨੂੰ ਕੋਈ ਦੁੱਖ ਮਿਲ ਰਿਆ
ਤਾਂ ਇਹ ਵੀ ਕਰਮਾਂ ਦਾ ਫਲ ਹੀ ਆ
ਬਹਿਕੇ ਰੋਣਾ ਜਾਂ ਆਵਦੀ ਕਿਸਮਤ ਨੂੰ ਕੋਸਣਾ
ਇਹ ਕੋਈ ਹੱਲ ਨੀ ਆ
ਘਬਰਾ ਨਾ ਜੋਬਨਾ
ਇਹਦੇ ਪਿੱਛੇ ਵੀ ਕੋਈ ਚੰਗੀ ਗੱਲ ਹੀ ਆ

ਮਨਾ ਤਕੜਾ ਰਹਿ
ਮਾੜਾ ਸਮਾਂ ਜਾਂ ਜੋ ਤੂੰ ਕਹਿਣੇ ਮਾੜੀ ਕਿਸਮਤ
ਇਹਨਾਂ ਦੀ ਕੀ ਮਜਾਲ ਜੋ ਤੈਨੂੰ ਰੋਕੇ
ਮਿਹਨਤ ਕਰ ਤੂੰ ਜੋ ਚਾਹਵੇਂਗਾ ਤੈਨੂੰ ਜ਼ਰੂਰ ਮਿਲੂਗਾ
ਉਹ ਵੀ ਆਪ ਤੇਰੇ ਨੇੜੇ ਹੋਕੇ

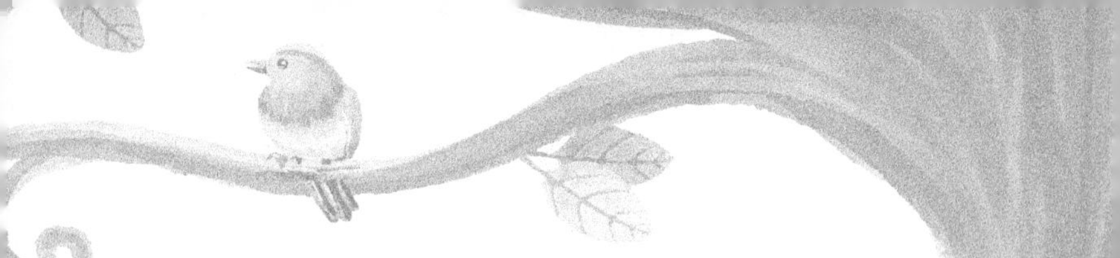

ਆਰ ਪੰਜਾਬ ਪਾਰ ਪੰਜਾਬ...

ਸਰਹੱਦ ਦੇ ਆਰ ਵੀ ਪੰਜਾਬ ਆ,
ਸਰਹੱਦ ਦੇ ਪਾਰ ਵੀ ਪੰਜਾਬ ਆ।
ਦੋਵੇਂ ਹੀ ਖ਼ੁਸ਼ਹਾਲ ਪੰਜਾਬ ਆ,
ਦੋਵੇਂ ਹੀ ਆਬਾਦ ਪੰਜਾਬ ਆ।

ਬੋਲਣ ਦੇ ਲਹਿਜੇ ਵਿੱਚ,
ਭਾਵੇਂ ਦੋਹਾਂ 'ਚ ਥੋੜਾ ਜਾ ਫਰਕ ਆ।
ਪਰ ਦੋਹਾਂ ਦੇ ਮਨ ਵਿੱਚ,
ਇੱਕ ਦੂਜੇ ਲਈ ਸਵਰਗ ਆ।

ਬੱਸ ਵਿੱਚ ਇੱਕ ਦਰਾਰ ਆ,
ਜੋ ਇੱਕ ਦਿਨ ਭਰਨੀ ਆ।
ਇਕੱਠੇ ਹੋ ਕੇ ਦੋਹਾਂ ਨੇ,
ਇੱਕ ਦੂਜੇ ਤੇ ਜਿੰਦ ਹਰਨੀ ਆ।

ਇਹ ਫਾਸਲਾ ਆਪੇ ਨੀ ਬਣਿਆ,
ਆਪ ਬਣਾਇਆ।
ਜ਼ਾਲਮ ਸਰਕਾਰਾਂ ਨੇ,
ਬੱਸ ਆਵਦਾ ਫਾਇਦਾ ਚਾਇਆ।

ਦਿਨ ਉਹ ਵੀ ਹੁਣ ਦੂਰ ਨਹੀ,
ਜਦੋਂ ਦੋਹਾਂ 'ਚ ਇਕੱਠ ਹੋਊਗਾ।
ਭਾਈ ਜਾਨ ਹੱਥ ਫੜਾਊਗਾ,
ਤੇ ਭਰਾ ਹੱਥ ਫੜੂਗਾ।

ਚਲ ਮਨਾ ਕੋਈ ਨਾ ਹਾਰਨਾ ਕਾਹਤੋਂ
ਜੇ ਇਹ ਨੀ ਮਿਲਿਆ ਤਾਂ ਹੋਰ ਸੀ
ਐਵੇਂ ਆਵਦੇ ਆਪ ਨੂੰ ਕੋਸਣਾ ਕਾਹਤੋਂ
ਮਿਹਨਤ ਹੋਰ ਕਰਾਂਗੇ
ਅੱਗੇ ਨਾਲੋਂ ਵੀ ਵੱਧ ਕਰਾਂਗੇ
ਜੇ ਕਾਮਯਾਬ ਹੁਣ ਨੀ ਹੋਏ ਤਾਂ ਕੀ ਹੋਇਆ
ਚਾਰ ਦਿਨ ਰੁਕ ਕੇ ਸਹੀ
ਰੁੱਕੇ ਹੀ ਹਾਂ ਮਰੇ ਤਾਂ ਨੀ ਨਾ
ਰਾਹ ਔਖਾ ਹੀ ਆ
ਨਾਮੁਮਕਿਨ ਤੇ ਨੀ ਨਾ

CPSIA information can be obtained
at www.ICGtesting.com
Printed in the USA
LVHW051158130222
710998LV00012B/1550

9 789389 932492